മഹാത്മാഗാന്ധിയും ഗ്രാമസ്വരാജും

mahathmagandhiyum gramaswarajum

•

dr. v v kunjikrishnan

•

first edition
october 2018

•

typesetting & published
chintha publishers, thiruvananthapuram

•

cover
vinod

വിതരണം

ദേശാഭിമാനി ബുക്ക് ഹൗസ്
H O തിരുവനന്തപുരം-695 035
phone: 0471-2303026, 6063026
www.chinthapublishers.com
chinthapublishers@gmail.com

ബ്രാഞ്ചുകൾ

ഹെഡ്ഡാഫീസ് ബ്രാഞ്ച് കുന്നുകുഴി • സ്റ്റാച്യു തിരുവനന്തപുരം • കെ എസ് ആർ ടി സി ബസ് സ്റ്റേഷൻ ആലപ്പുഴ • കെ എസ് ആർ ടി സി ബസ് സ്റ്റേഷൻ എറണാകുളം • മച്ചിങ്ങൽ ലെയ്ൻ തൃശൂർ • ഐ ജി റോഡ് കോഴിക്കോട് • മാവൂർ റോഡ് കോഴിക്കോട് • എൻ ജി ഒ യൂണിയൻ ബിൽഡിങ് കണ്ണൂർ • സെൻട്രൽ ബസ് ടെർമിനൽ കോംപ്ലക്സ് താവക്കര കണ്ണൂർ

CO - 2712 / 4769
ISBN - 978-93-87842-87-8

മഹാത്മാഗാന്ധിയും ഗ്രാമസ്വരാജും

ഡോ. വി വി കുഞ്ഞികൃഷ്ണൻ

ചിന്ത പബ്ലിഷേഴ്സ്
തിരുവനന്തപുരം-695 035

ഡോ. വി വി കുഞ്ഞികൃഷ്ണൻ

1948 ൽ കണ്ണൂർ ജില്ലയിലെ ചെറുതാഴം ഗ്രാമത്തിൽ ജനിച്ചു. തലശ്ശേരി ഗവൺമെന്റ് ബ്രണ്ണൻ കോളേജിൽനിന്ന് 1969 ൽ ചരിത്രത്തിൽ ഒന്നാം ക്ലാസോടെ എം എ ബിരുദം നേടി. അവിടെ ത്തന്നെ ചരിത്രവിഭാഗത്തിൽ ട്യൂട്ടറായി ജോലിയിൽ പ്രവേശിച്ചു. വിജ്ഞാനകൈരളി, സാംസ്കാരിക കേരളം, ഇന്ത്യൻ ചരിത്ര കോൺഗ്രസ്, ദക്ഷിണേന്ത്യൻ ചരിത്ര കോൺഗ്രസ് എന്നിവ യുടെ പ്രൊസീഡിങ്സിൽ ചരിത്രസംബന്ധിയായ നിരവധി പ്രബന്ധങ്ങൾ പ്രസിദ്ധീകരിച്ചിട്ടുണ്ട്. 1987 ൽ കാലിക്കറ്റ് യൂണി വേഴ്സിറ്റിയിൽനിന്ന് ചരിത്രത്തിൽ ഡോക്ടറേറ്റ് നേടി.
1997 ൽ കണ്ണൂർ യൂണിവേഴ്സിറ്റി മേഖലയിലെ ഏറ്റവും നല്ല കോളേജ് അദ്ധ്യാപകനുള്ള പ്രൊഫസർ എ കെ രാഘ വൻ നമ്പ്യാർ മെമ്മോറിയൽ അവാർഡ് ലഭിച്ചു. ബ്രണ്ണൻ കോളേജ്, കാസർഗോഡ് ഗവ: കോളേജ്, പട്ടാമ്പി ഗവ: സംസ്കൃത കോളേജ് എന്നിവിടങ്ങളിൽ ലക്ചററായും കാസർഗോഡ് ഗവ: കോളേജ് പ്രിൻസിപ്പൽ, പട്ടാമ്പി ഗവ:സംസ്കൃതകോളേജിൽ സ്പെഷ്യൽ ഗ്രേഡ് പ്രിൻസി പ്പലായും സേവനമനുഷ്ഠിച്ചു. 2003 ജൂലൈയിൽ കോളേജ് വിദ്യാഭ്യാസ ഡെപ്യൂട്ടി ഡയറക്ടറായി വിരമിച്ചു. കണ്ണൂർ, കോഴിക്കോട് യൂണിവേഴ്സിറ്റികളിലെ അംഗീകൃത ഗവേഷണ ഗൈഡാണ്.
കൃതികൾ:കെ എ കേരളീയന്റെ ജീവചരിത്രം ഇംഗ്ലീഷിലും മലയാളത്തിലും *കേരളീയനും കർഷകപ്രസ്ഥാനവും* എന്ന പേരിൽ പ്രസിദ്ധീകരിച്ചിട്ടുണ്ട് (ചിന്ത പബ്ലിഷേഴ്സ്). മല ബാറിലെ കുടിയായ്മ നിയമങ്ങളെക്കുറിച്ച് ഇംഗ്ലീഷിലെഴു തിയ ഗ്രന്ഥം 1993 ൽ (ഡൽഹി) പ്രസിദ്ധീകരിച്ചു. *ത്യാഗധ നനായ സുബ്രഹ്മണ്യഷേണായി, പറങ്കികളുടെ കഥ, ടിപ്പു സുൽത്താൻ, അപ്പുവിന്റെ അത്ഭുതലോകം* (ബാലസാഹി ത്യം) തുടങ്ങിയവയാണ് മറ്റു കൃതികൾ.

ഭാര്യ : ലീല സി
മക്കൾ : രശ്മി ജയരാജ്, രമ്യ പ്രശാന്ത്,
ഐശ്വര്യ ബിനീഷ്
വിലാസം : ഐശ്വര്യ
തായിനേരി റോഡ്
പയ്യന്നൂർ
കണ്ണൂർ ജില്ല.

ഉള്ളടക്കം

പ്രസാധകക്കുറിപ്പ്

മഹാത്മാഗാന്ധി പുനർവായിക്കപ്പെടേണ്ടതും പുനർ നിർണ്ണയിക്കപ്പെടേണ്ടതും ആവശ്യമായിത്തീർന്നിരിക്കുന്ന ഒരു കാലഘട്ടത്തിലൂടെയാണ് ഇന്ത്യ കടന്നുപൊയിക്കൊണ്ടിരിക്കുന്നത്. എഴുത്തിനും വായനയ്ക്കും നേരെ ഉയർന്നുതാണുകൊണ്ടിരുന്ന മതഭ്രാന്തിന്റെയും അധികാരഗർവ്വിന്റെയും ഉടവാൾ സ്വതന്ത്രചിന്തയുടെ നേർക്കും ഉയർത്തപ്പെട്ടിരിക്കുകയാണ്. ചരിത്രസത്യങ്ങളുടെ നേർക്കു കണ്ണടച്ച് ഇരുട്ടാക്കികൊണ്ടിരുന്ന തമസ്സിന്റെ ശക്തികൾ ജനജീവിതത്തെയാകെ ഇരുളിലാക്കുന്ന വിധ്വംസക പ്രവർത്തനങ്ങളിൽ വ്യാപരിച്ചിരിക്കുകയാണ്. ഗാന്ധിവധം പല നിലകളിൽ ഇന്ത്യയെ ഇരുളിലേക്കു നയിച്ചു. അതിന്റെ പിന്നിൽ പ്രവർത്തിച്ച പ്രത്യയശാസ്ത്രം ഇന്ന് കൂടുതൽ ശക്തിപ്പെട്ടിരിക്കുന്നു. ഹിംസയുടെ ലോകത്ത് അഹിംസയും നുണകളുടെ ലോകത്ത് സത്യവും നടത്തുന്ന പോരാട്ടങ്ങൾ അശ്വവേഗതയിൽ ശക്തിപ്പെടേണ്ടതുണ്ട്.

ഈ സാഹചര്യത്തിലാണ് ഗാന്ധിജിയുടെ 150-ാം ജന്മദിനം കടന്നുവരുന്നത്. ഈ സന്ദർഭം വലിയൊരു സംവാദത്തിന് അരങ്ങൊരുക്കിയിരിക്കുന്നു. ഈ സംവാദത്തിൽ ഇടപെടൽ നടത്തുന്ന ഒരു പുസ്തക പരമ്പര പ്രസിദ്ധീകരിക്കുന്നതിന് ചിന്ത ഒരു കടമയായി ഏറ്റെടുക്കുകയാണ്.

ഈ പുസ്തക പരമ്പരയിൽ ഗ്രാമസ്വരാജ് എന്ന ഗാന്ധിയൻ സങ്കല്പത്തെ സംബന്ധിച്ചുള്ളതാണ് *ഗാന്ധിയും ഗ്രാമസ്വരാജും* എന്ന രണ്ടാമത്തെ പുസ്തകം. ഫാക്ടറി സംവിധാനവും വ്യവസായവല്ക്കരണവും ഗാന്ധിയുടെ എതിർപ്പിന് വിധേയമായി. ഇതുമായി ബന്ധപ്പെട്ടുകൊണ്ടാണ് ഗ്രാമങ്ങളെയും നഗരങ്ങളെയുംകുറിച്ച് അദ്ദേഹത്തിന്റെ അഭിപ്രായ രൂപീകരണമുണ്ടായത്. നമ്മുടെ ഗ്രാമങ്ങളെ സ്വയം സമ്പൂർണ്ണവും

സ്വാശ്രയവും ആക്കേണ്ടതുണ്ട് എന്ന് അദ്ദേഹം കരുതി. ഗ്രാമങ്ങളുടെ സേവനത്തിന് സ്വരാജ് സ്ഥാപിച്ചേ മതിയാകൂ. ഇതിനെ സംബന്ധിച്ച് വിശദീകരിക്കുന്നതിനാണ് ഡോ. വി വി കുഞ്ഞികൃഷ്ണൻ *മഹാത്മാ ഗാന്ധിയും ഗ്രാമസ്വരാജും* എന്ന ഗ്രന്ഥം രചിച്ചിരിക്കുന്നത്.

വിജ്ഞാനപ്രദവും വായനാസുഖം നല്കുന്നതുമായ ഈ പുസ്തകം ഞങ്ങൾ സമർപ്പിക്കുന്നു. വലിയ അളവിൽ സ്വീകരിക്കപ്പെടും എന്ന ഉറപ്പോടെ.

ചിന്ത പബ്ലിഷേഴ്സ്

ഭാരത ചേതനയിലെ കെടാവിളക്ക്

ഗാന്ധിജി നമ്മുടെ രാഷ്ട്രപിതാവാണ്. ദേശീയസ്വാതന്ത്ര്യസമരത്തിന് നല്കിയ ധീരനേതൃത്വം കാരണമാണ് ഈ പദവി.

ജീവിതം തന്നെ സന്ദേശമാക്കിയ ആ മഹാത്മാവിനെ ഇന്ത്യയിൽ മാത്രമല്ല, ലോകമെമ്പാടും ആരാധിക്കുന്നു.

നഗരങ്ങളിലെ റോഡുകൾക്കും, സ്മാരകങ്ങൾക്കും കൂടാതെ സർവ്വകലാശാലകൾക്കുവരെ നാം അദ്ദേഹത്തിന്റെ പേരിട്ട് വിളിക്കുന്നു. അദ്ദേഹത്തിന്റെ ഓർമ്മകൾക്കായി തപാൽമുദ്രകളിലും നാണയങ്ങളിലും കറൻസിനോട്ടുകളിലും നാം ആ മഹാത്മാവിന്റെ രൂപം ഉപയോഗിക്കുന്നു.

ഒക്ടോബർ 2 നും ജനുവരി 30 നും രാജ്ഘട്ടിൽ പുഷ്പാർച്ചനയും ഗംഭീര അനുസ്മരണസമ്മേളനങ്ങളും നടത്തുന്നു. പക്ഷേ, ത്യാഗോജ്ജ്വലമായ, തന്റെ ജീവിതകാല ചരിത്രത്തെ പ്രകാശപൂരിതമാക്കിയ ആ മഹാന്റെ ദർശനങ്ങൾ നാം പഠിക്കേണ്ടതുണ്ട്. കാരണം എന്നത്തേക്കാളും ഇന്ന് ഗാന്ധിയൻദർശനങ്ങൾ പ്രസക്തമാണ്.

കൊടുംക്രൂരതയും, അധർമ്മപ്രവൃത്തികളും, മതശത്രുതയും ചുടലനൃത്തം ചവിട്ടുന്ന ഈ ആസുരകാലത്ത് സത്യം, സ്നേഹം, അഹിംസ എന്നീ ദിവ്യമന്ത്രങ്ങളിലൂടെ മതമൈത്രിയും മാനവികത്വവും സാഹോദര്യവും കാത്തുസൂക്ഷിക്കാൻ സത്യാന്വേഷണപരീക്ഷണങ്ങളിൽ ഏർപ്പെട്ട ഗാന്ധിജിക്ക് ഒടുവിൽ രക്തസാക്ഷിത്വം വരിക്കേണ്ടിവന്നു.

ഗാന്ധിഘാതകരെ പ്രകീർത്തിക്കാൻ ഹീനശ്രമങ്ങൾ നടന്നുകൊണ്ടിരിക്കുന്ന വർത്തമാനകാല പ്രതിസന്ധിയിൽ ഗാന്ധിജിയുടെ ജീവിതഗന്ധിയായ സന്ദേശത്തിന്റെ പ്രസക്തി ഏറെയാണ്.

മനുഷ്യരുടെ ദുരാഗ്രഹങ്ങളും ആർത്തിയും സമൂഹത്തെയും പ്രകൃതിയെയും സർവ്വനാശത്തിലേക്ക് നയിച്ചുകൊണ്ടിരിക്കുന്ന നമ്മുടെ കാല

ഘട്ടത്തിൽ ഗാന്ധിയൻ ദർശനങ്ങളുടെ ഒരു പുനർവായന കാലോചിതമാണ്.

ഗാന്ധിജിയുടെ വ്യക്തിത്വസവിശേഷതകൾ ആരെയും ആകർഷിക്കുന്നവയായിരുന്നു. താൻ ഒരു സാധാരണക്കാരനാണെന്ന ബോധം അദ്ദേഹത്തിന് എന്നും ഉണ്ടായിരുന്നു. സാധാരണക്കാരെപ്പോലെ വസ്ത്രധാരണവും ലാളിത്യവും വിനയം കലർന്ന പെരുമാറ്റവും സ്വന്തമാക്കി. തീവണ്ടിയിൽ മൂന്നാം ക്ലാസ് കംപാർട്ട്മെന്റിൽ മാത്രം സഞ്ചരിച്ച് സാധാരണക്കാരുടെ പ്രശ്നങ്ങളെക്കുറിച്ച് മനസ്സിലാക്കി.

ഭാരതത്തിന്റെ ജനനേതാക്കൾ സത്യധർമ്മാദികളിൽ മേന്മ നടിക്കുന്നവരും ലളിതജീവിതം നയിച്ച് സേവനപ്രവർത്തനങ്ങൾ നടത്തേണ്ടുന്നതിന്റെ ആവശ്യവും അദ്ദേഹം വിശദീകരിച്ചു. വർഷങ്ങളോളം വൈദേശികാധിപത്യത്തിൽ കഴിഞ്ഞ ദരിദ്രരാജ്യമായിരുന്ന ഭാരതം എന്ന അറിവ് അദ്ദേഹം എല്ലാവരേയും ഓർമ്മപ്പെടുത്തിക്കൊണ്ടിരുന്നു.

ഇന്ത്യയിലെ ദരിദ്രനാരായണന്മാരിൽ ഒരാളായി ഗാന്ധിജി ജീവിച്ചു. മരിക്കുമ്പോൾ അദ്ദേഹത്തിനുണ്ടായിരുന്ന സ്വകാര്യസ്വത്തുക്കൾ എന്തൊക്കെയാണെന്നറിയേണ്ടേ?

ഗീത, ഖുർആൻ, ബൈബിൾ എന്നീ മതഗ്രന്ഥങ്ങളുടെ ഓരോ പ്രതി, സമയനിഷ്ഠ പാലിക്കാൻ സഹായിച്ച 8 ഷില്ലിങ് വിലയുള്ള പഴയ ഇംഗർസോൾ പോക്കറ്റ് വാച്ച്, തിന്മ കാണരുത്, കേൾക്കരുത്, പറയരുത് എന്ന സന്ദേശം നല്കുന്ന മൂന്നു ചെറിയ കുരങ്ങു രൂപങ്ങൾ, ഭക്ഷണം കഴിക്കാനുള്ള വിലകുറഞ്ഞ തകരപ്പാത്രം, പ്രസിദ്ധമായ ആ പഴയകണ്ണട എന്നിവയായിരുന്നു മഹാത്മാവിന്റെ സ്വകാര്യസ്വത്തുക്കൾ, പഞ്ചനക്ഷത്ര ജീവിതം നയിക്കുന്ന പാവപ്പെട്ടവരുടെ സേവകർ എന്ന ലേബലിലുള്ള ശിഷ്യന്മാർ അദ്ദേഹത്തിനുണ്ടായത് വിധിവൈപരീത്യം എന്നേ പറയാൻ പറ്റുകയുള്ളൂ. അഹിംസയും സത്യധർമ്മാദികളും ആയുധമാക്കിക്കൊണ്ട് രാഷ്ട്രത്തിനുവേണ്ടി വിപ്ലവാത്മകമായ നിരവധി സമരങ്ങളിലേർപ്പെട്ട സമ്പൂർണ്ണവിപ്ലവകാരിയായിരുന്നു ഗാന്ധിജി എന്ന് വിലയിരുത്തപ്പെട്ടിട്ടുണ്ട്.

ഒരു രാഷ്ട്രീയവിപ്ലവകാരി എന്ന നിലയിലാണ് ഗാന്ധിജി അറിയപ്പെട്ടത്. തെക്കെ ആഫ്രിക്ക എന്ന ചെറിയ പരീക്ഷണശാലയിൽ പരീക്ഷിച്ച സത്യാന്വേഷണങ്ങൾ പിന്നീട് ഇന്ത്യയെന്ന ബൃഹത് പരീക്ഷണശാലയിലും പ്രാവർത്തികമാക്കിയതിനാണ് ഗാന്ധിജിയുടെ അസാമാന്യ ജീവിതവും അർത്ഥസമ്പുഷ്ടമായ സന്ദേശവും ലോകമാകെ ശ്രദ്ധിക്കാൻ ഇടയായത്.

പൊതുപ്രവർത്തനരംഗത്ത് ഗാന്ധിജി നല്കിയ സംഭാവനകൾ സ്മരണീയമാണ്.

സത്യം, സ്നേഹം, അഹിംസ എന്നീ മാനവികമൂല്യങ്ങൾ മനുഷ്യന്റെ നിത്യജീവിതത്തിലും പ്രയോഗസാദ്ധ്യതകളുണ്ടെന്ന് തെളിയിച്ചതിന്റെ മഹത്ത്വം ഗാന്ധിജിക്ക് അവകാശപ്പെട്ടതാണ്.

പ്രസ്തുത മൂല്യങ്ങളെ ഒരു സമരായുധമാക്കാമെന്നും സൂര്യനസ്തമിക്കാത്ത ബ്രിട്ടീഷ്സാമ്രാജ്യത്തെ മുട്ടുകുത്തിക്കാമെന്നും അദ്ദേഹം വിജയകരമായി തെളിയിക്കുകയുണ്ടായല്ലോ.

സത്യം, അഹിംസ എന്നിവയെക്കുറിച്ച് ഗാന്ധിജി ഇങ്ങനെ എഴുതുകയുണ്ടായി.

"നമ്മുടെ ദൈനംദിന ജീവിതത്തിലും അതിന്റെ പ്രശ്നങ്ങളിലും എന്റേതായ രീതിയിൽ നിത്യമായ സത്യം സന്നിവേശിപ്പിക്കാൻ ഞാൻ ശ്രമിച്ചിട്ടുണ്ട്. ലോകത്തെ പഠിപ്പിക്കാൻ എന്റെ കൈയിൽ പുതുതായി ഒന്നുമില്ല. മലകളോളംതന്നെ പുരാതനമാണ് സത്യവും അഹിംസയും. ഞാൻ ചെയ്തത് ഇത്രമാത്രം. രണ്ടിലും എനിക്ക് ചെയ്യാവുന്ന പരമാവധി തോതിൽ പരീക്ഷണം നടത്തുക."

"ദൈവം സത്യമാണ് എന്നും, സത്യം ദൈവമാണെന്നുമുള്ള പ്രമാണം ഗാന്ധിജി സ്വീകരിച്ചത് തന്റെ ലക്ഷ്യം സ്വയം സാക്ഷാൽക്കാരമായതിനാലാണെന്ന് കാണാം.

സത്യത്തെ അറിയുക എന്നാൽ ദൈവത്തെ അറിയുകതന്നെയാണ് എന്ന പ്രസ്താവനയ്ക്ക് വലിയ ഒരർത്ഥതലമുണ്ട്. ഗാന്ധിയൻ ദർശനത്തിന്റെ അവിഭാജ്യഘടകമാണ് അഹിംസ. സ്നേഹമാണ് അഹിംസ. ഹിംസയ്ക്കെതിരെ ഹിംസ പ്രയോഗിക്കാതിരിക്കുക എന്നിടത്താണ് അഹിംസയുടെ സ്ഥാനം. മനസ്സ്, വാക്ക്, കർമ്മം എന്നിവയൊന്നുകൊണ്ടും എതിരാളിയെ മുറിപ്പെടുത്താതിരിക്കുക എന്നാണ് ഗാന്ധിജി അഹിംസയ്ക്കു നല്കിയ വ്യാഖ്യാനം.

സർവ്വോപരി ശത്രുവിന്റെ അല്ലെങ്കിൽ എതിരാളിയുടെ ശ്രേയസ്സിനും മന:പരിവർത്തനത്തിനുംവേണ്ടി പ്രാർത്ഥിക്കുക എന്നതും അഹിംസാവാദിയുടെ ഉത്തരവാദിത്വത്തിൽപ്പെടുന്നു. എത്രവലിയ ഹിംസാലുവിന്റെ ഉള്ളിന്റെയുള്ളിലും ഒരു തരി നന്മയുണ്ടാകുമെന്നും നന്മകൊണ്ട് തിന്മയെ ഇല്ലാതാക്കാമെന്നും ഗാന്ധിജി വിശ്വസിച്ചു.

ഹിംസയെ ഹിംസകൊണ്ട് നേരിടുന്നത് കാറ്റ് വിതച്ച് കൊടുങ്കാറ്റ് കൊയ്യുന്നതുപോലുള്ള പ്രവർത്തിയാണ്, വാളെടുത്തവൻ വാളാൽ എന്ന പ്രമാണംപോലെ.

എല്ലാ മനുഷ്യരിലും പ്രകൃത്യാ ഉള്ള ഹിംസാഭാവത്തെ കീഴടക്കാൻ മനുഷ്യർ ശ്രമിക്കുന്നില്ലെങ്കിൽ അവരിലുള്ള മൃഗീയത്വം അവരെ കീഴടക്കിയെന്നും വരാം.

ഗാന്ധിജിയെ സംബന്ധിച്ചിടത്തോളം ഹിംസ മൃഗങ്ങളുടെ നിയമവും മനുഷ്യന്റെ അന്തസ്സിനു ചേർന്നത് അഹിംസയുമാണ്. സത്യം, സ്നേഹം, അഹിംസ തുടങ്ങിയ മാനവികമൂല്യങ്ങളിൽ ഒന്നുപോലും ഗാന്ധിജി പുതുതായി കണ്ടെത്തിയതല്ല എന്ന് അദ്ദേഹംതന്നെ വ്യക്തമാക്കിയിട്ടുണ്ട്.

ഏറ്റവും ഫലപ്രദമായ സമരായുധമായി ഗാന്ധിജി പരീക്ഷിച്ച സത്യഗ്രഹസമരങ്ങളും, സത്യം, അഹിംസ എന്നീ നന്മയുടെ മറുപുറമാണ്.

ഗാന്ധിയൻ സാമൂഹ്യദർശനം

ലോകപ്രശസ്ത തത്ത്വചിന്തകരോടൊന്നും താരതമ്യപ്പെടുത്താവുന്ന ഒരു വ്യക്തിത്വമായിരുന്നില്ല ഗാന്ധിജിയുടേത്. അരിസ്റ്റോട്ടിൽ, പ്ലാറ്റോ എന്നിവരുമായി താരതമ്യം ഇല്ലെങ്കിലും വ്യക്തിസ്വാതന്ത്ര്യത്തിന്റെ അപ്പോസ്തലൻ ആയിരുന്നു അദ്ദേഹം. അക്കാദമിക തലത്തിലുള്ള താത്ത്വികനായിരുന്നില്ല ഗാന്ധിജി. ഗാന്ധിയൻ സാമൂഹിക ദർശനം വ്യക്തികൾക്ക് പ്രാധാന്യം നല്കുന്നു. വ്യക്തിയുടെ ശാരീരികവും മാനസികവുമായ ഉന്നതി ലക്ഷ്യമാക്കിക്കൊണ്ടുള്ള പ്രവർത്തനങ്ങളെക്കുറിച്ച് ഗാന്ധിജി ധാരാളം ചിന്തിക്കുകയും എഴുതുകയും ചെയ്തിട്ടുണ്ട്. അതിൽ ഏറ്റവും പ്രധാനപ്പെട്ടത് ഗ്രാമസ്വരാജ്, ഗ്രാമപുനർനിർമ്മാണം എന്നീ പ്രബല ആശയങ്ങളാണ്.

ഒരു സ്വപ്നജീവിയുടെയോ "ചാരുകസാല ഫിലോസഫറു"ടെയോ സിദ്ധാന്തങ്ങളായിരുന്നില്ല ഗ്രാമസ്വരാജ്. മനുഷ്യന്റെ എല്ലാ പ്രശ്നങ്ങളെക്കുറിച്ചും ഇത്രയേറെ ആഴത്തിൽ ചിന്തിച്ച മറ്റൊരു ഇന്ത്യക്കാരനില്ല എന്നുതന്നെ പറയാം.

ഗാന്ധിജി തന്റെ രാഷ്ട്രീയഗുരുവായി കണക്കാക്കിയിരുന്ന ഗോഖലെയുടെ ഉപദേശപ്രകാരം ദക്ഷിണ ആഫ്രിക്കയിൽനിന്നും ഇന്ത്യയിലേക്ക് മടങ്ങിവന്നശേഷം ഒരു വർഷക്കാലം ഇന്ത്യയെ ദർശിക്കുന്നതിനായി ഗ്രാമഗ്രാമാന്തരങ്ങളിൽ ചുറ്റിക്കറങ്ങിയ കാര്യം പരസ്യമാണ്.

ഗാന്ധിജിക്ക് ഇന്ത്യയെന്നാൽ ഇവിടത്തെ ഏഴുലക്ഷം ഗ്രാമങ്ങളായിരുന്നു. അവിടത്തെ നിവാസികളായ നിരക്ഷരരും അരപ്പട്ടിണിക്കാരുമായ ലക്ഷം ലക്ഷം ജനങ്ങളായിരുന്നു. ഇന്ത്യക്കാരെ അടുത്തറിയുന്നതിൽ അവരുടെ കഷ്ടപ്പാടുകൾ നേരിൽ കണ്ടുമനസ്സിലാക്കുന്നതിനും ഉപകരിച്ച പ്രവർത്തനമായിരുന്നു ഒരു വർഷക്കാലം ഗാന്ധിജി നടത്തി

ക്കൊണ്ടിരുന്നത്.

സാമൂഹ്യ-സാമ്പത്തിക രംഗത്ത് സമൂലമായ ഒരഴിച്ചുപണി ലക്ഷ്യമിട്ട് ഗാന്ധിജി ആസൂത്രണം ചെയ്ത പരിപാടിയായിരുന്നു ഗ്രാമസ്വരാജ്. ഗ്രാമ പുനർനിർമ്മാണവും സ്വയംഭരണവും എല്ലാം ഇതിന്റെ അനുബന്ധ പ്രവർത്തനങ്ങളായിട്ടാണ് വിഭാവനം ചെയ്തിരിക്കുന്നത്.

ഗാന്ധിജിയുടെ സ്വപ്നപദ്ധതിയെന്ന് വിശേഷിപ്പിക്കപ്പെടുന്ന ഗ്രാമ സ്വരാജിന് ഒരു സാമൂഹിക-സാമ്പത്തിക ചട്ടക്കൂട് അദ്ദേഹം വ്യക്തമാക്കിയിരുന്നു.

ഗ്രാമസ്വരാജിനെക്കുറിച്ച് ഗാന്ധിജി *ഹരിജൻ* മാസികയിലും *യംഗ് ഇന്ത്യ*യിലും 1924 നും 34 നും ഇടയിൽ നിരവധി കുറിപ്പുകൾ വഴി ഗ്രാമ സ്വരാജിന് വ്യക്തമായ ഒരു കർമ്മപരിപാടി എഴുതി തയ്യാറാക്കിയത് പുസ്തകരൂപത്തിൽ നവജീവൻ പബ്ലിഷിങ് ഹൗസ് പ്രസിദ്ധീകരിച്ചിട്ടുണ്ട്.

ഗ്രാമസ്വരാജിനോടൊപ്പം ഗ്രാമീണ ജീവിതത്തിന്റെ വിവിധ ഘടകങ്ങളായ കൃഷി, ഗ്രാമീണവ്യവസായം, മൃഗസംരക്ഷണം, ഗതാഗതം, അടിസ്ഥാന വിദ്യാഭ്യാസം, ആരോഗ്യപാലനം, സമൂഹത്തിൽ സ്ത്രീകൾക്കും അധഃകൃതർക്കുമുള്ള സ്ഥാനം, വ്യക്തിവികാസം തുടങ്ങി എല്ലാ കാര്യങ്ങളിലും വരുത്തേണ്ടുന്ന ക്രമീകരണങ്ങളും ഗാന്ധിജി വിശദമാക്കിയത് പഞ്ചായത്ത് രാജ് ആക്ട് നടപ്പിലാക്കിക്കൊണ്ടിരിക്കുന്ന ഇന്നത്തെ ഭാരതത്തിന് മാർഗ്ഗദർശനം നല്കുന്നുവെന്ന് പറയേണ്ടതില്ലല്ലോ.

ഗാന്ധിജിയുടെ ഗ്രാമസ്വരാജ് എന്ന സ്വപ്ന പദ്ധതിക്ക് വർത്തമാന കാലത്ത് രാജ്യത്തിനകത്തും പുറത്തും വലിയ ശ്രദ്ധ നേടാൻ കഴിഞ്ഞിട്ടുള്ള കാര്യവും പരാമർശയോഗ്യമാണ്.

ആധുനിക ഭരണക്രമത്തിൽ രാഷ്ട്രീയ-സാമ്പത്തിക അധികാര വികേന്ദ്രീകരണത്തിന് പ്രാമുഖ്യവും നല്കുക എന്ന ലക്ഷ്യം നമ്മുടെ മുൻപിൽ ഉള്ളതുകൊണ്ട് ഗാന്ധിജി വിഭാവനം ചെയ്ത ഗ്രാമസ്വരാജിന്റെ സത്ത വ്യക്തമായി മനസ്സിലാക്കേണ്ടത് ജനങ്ങളുടെയും അവ നടപ്പിലാക്കേണ്ട ഭരണാധിപന്മാരുടെയും കടമ കൂടിയാണ്.

ഗ്രാമപുനർനിർമ്മാണ പ്രക്രിയയിൽ ഗാന്ധിയൻ ദർശനവും ആദർശങ്ങളും യഥാവിധി ഉൾക്കൊള്ളാൻ കഴിയാതെവന്നാൽ നമ്മുടെ ജനാധിപത്യ സങ്കല്പങ്ങൾക്ക് തന്നെ അത് മങ്ങലേല്പിക്കുവാൻ ഇടയാക്കും.

ഗാന്ധിയൻ ദർശനങ്ങൾ ചിലരിലെങ്കിലും ചില തെറ്റിദ്ധാരണകൾ ഉണ്ടാക്കിയിട്ടുണ്ടെന്ന് പ്രമുഖഗാന്ധിശിഷ്യനായ ശ്രീമൻ നാരായണൻ സൂചിപ്പിക്കുകയുണ്ടായി.

ആധുനികവ്യവസായവല്ക്കരണത്തിന് ഗാന്ധിജി എതിരായിരുന്നു എന്ന പ്രസ്താവന നല്ല ഉദാഹരണമാണ്. യന്ത്രവല്ക്കരണം ഗാന്ധിജി ഒട്ടാകെ എതിർത്തിരുന്നില്ല. പക്ഷേ, യന്ത്രവല്ക്കരണത്തിനുവേണ്ടിയുള്ള "അമിതാവേശം" ഗാന്ധിജി ഇഷ്ടപ്പെട്ടിരുന്നില്ല. ചെറിയ യന്ത്രങ്ങളിൽ വരുത്താവുന്ന പുരോഗതി ലക്ഷക്കണക്കിന് ഗ്രാമീണ കരകൗശല തൊഴി

ലാളികൾക്ക് തൊഴിലവസരം നല്കുമെന്നതിനാൽ ഗാന്ധിജി സ്വാഗതം ചെയ്തിരുന്നു. വൻകിട ഫാക്ടറികളിലെ ഉല്പാദനസമ്പ്രദായത്തിനു പകരം സ്വന്തം കുടിലുകളിലെ വ്യവസായ സാദ്ധ്യതകൾ വർദ്ധിപ്പിച്ച് എല്ലാ ആരോഗ്യവാന്മാരായ ഗ്രാമീണർക്കും തൊഴിൽ ലഭ്യമാക്കണമെന്ന തായിരുന്നു ഗാന്ധിജിയുടെ സ്വപ്നം.

ഗ്രാമങ്ങളിൽ ലഭ്യമായ തൊഴിലവസരങ്ങൾ എല്ലാവർക്കും ലഭിക്കുന്ന തരത്തിലുള്ള ഒരു സാമ്പത്തികക്രമീകരണം വേണമെന്ന് ഗാന്ധിജി സൂചിപ്പിച്ചിരുന്നു.

തൊഴിലിന് കൂലിയായി ഭക്ഷണം നല്കുന്ന സമ്പ്രദായത്തിന് പാശ്ചാത്യസാമ്പത്തിക വിദഗ്ദ്ധർ ശുപാർശ ചെയ്തത് ഗ്രാമീണരുടെ തൊഴിലവസരങ്ങൾ വർദ്ധിപ്പിക്കുന്നതിനായിരുന്നു.

ഗ്രാമസ്വരാജിനെ സംബന്ധിച്ച് ഗാന്ധിജി തയ്യാറാക്കിയ രചനാത്മക പദ്ധതികൾ ഓരോന്നും പരിശോധിച്ച് നോക്കുമ്പോൾ മാത്രമേ നമുക്ക് അതിന്റെ വ്യാപ്തിയും പ്രസക്തിയും മനസ്സിലാവുകയുള്ളൂ.

സ്വരാജ് എന്നാൽ

*യങ് ഇന്ത്യ*യിൽ 1931 ൽ ഗാന്ധിജി സ്വരാജ് എന്നാൽ എന്ത് എന്ന് നിർവ്വഹിച്ചുകൊണ്ട് വിശദമായി ഉപന്യസിക്കുകയുണ്ടായി. ഗാന്ധിജി ഇങ്ങനെ എഴുതി:

> സ്വരാജ് ഒരു പവിത്രമായ നാമമാണ്. വേദകാലത്തുതന്നെ ഉപയോഗത്തിൽവന്ന ഈ വാക്കിനർത്ഥം സ്വയംഭരണം എന്നും സ്വയം നിയന്ത്രണം എന്നുമാണ്. എല്ലാ നിയന്ത്രണങ്ങളിൽനിന്നുമുള്ള മോചനം എന്നല്ല. സ്വാതന്ത്ര്യത്തിന് നല്കുന്ന അർത്ഥം അതാണല്ലോ.
>
> ഭക്ഷണം കഴിക്കുന്നതിനും ജലപാനത്തിനും ശ്വസനം ചെയ്യാനും ഓരോ രാജ്യത്തിനും കഴിയുന്നതുപോലെ ഓരോ രാഷ്ട്രവും സ്വന്തം കാര്യം നിർവ്വഹിക്കുന്നതിനും പ്രാപ്തമാണ്, മോശമായ രീതിയിലാണെങ്കിൽ പോലും.

ഇന്ത്യയിലെ പ്രായപൂർത്തിയായ സ്ത്രീപുരുഷന്മാരുടെ അനുവാദത്തോടെയുള്ള ഭരണമാണ് ഗാന്ധിജി സ്വരാജ് കൊണ്ട് അർത്ഥമാക്കിയത്. യഥാർത്ഥത്തിലുള്ള സ്വരാജ് സ്ഥാപിതമാകുന്നത് കുറച്ചുപേർ അധികാരം കൈക്കലാക്കുന്നതിലല്ല നേരെമറിച്ച് അധികാരവർഗ്ഗത്തിന്റെ അധികാര ദുരുപയോഗം തടയാൻ എല്ലാവരും പ്രാപ്തരാകുമ്പോഴാണ്.

ജനസഞ്ചയത്തെ അവരുടെ സ്വന്തം കഴിവുകൾകൊണ്ട് അധികാരിവർഗ്ഗത്തെ നിയന്ത്രിക്കുന്നതിന് ആവശ്യമായ ബോധവല്ക്കരണം നടത്തുന്നതിലൂടെ സ്വരാജ് നേടിയെടുക്കുവാൻ കഴിയുന്നു.

രാഷ്ട്രീയസ്വാതന്ത്ര്യത്തെക്കുറിച്ച് ഗാന്ധിജി ഇപ്രകാരം അഭിപ്രായപ്പെടുകയുണ്ടായി:

ബ്രിട്ടീഷ് പാർലമെന്റിനെയോ റഷ്യൻ ഭരണസമ്പ്രദായമോ ഇറ്റലിയിലെ ഫാസിസ്റ്റ് ഭരണമോ, ജർമ്മനിയിലെ നാസി ഭരണമോ അനുകരിക്കലല്ല രാഷ്ട്രീയസ്വാതന്ത്ര്യം. മേൽഭരണസമ്പ്രദായങ്ങൾ അവരുടെ ബുദ്ധിശക്തിക്ക് അനുസരിച്ചുള്ളവയാണ്. നമുക്ക് ഉചിതമായത് ഉണ്ടാക്കേണ്ടിയിരിക്കുന്നു. ഞാൻ അതിനെ രാമരാജ് അഥവാ ധാർമ്മികതയിലൂന്നിയ ജനങ്ങളുടെ പരമാധികാരം എന്ന് പറയും.

(ഹരിജൻ, 2.1.1937)

സ്വയംഭരണത്തിന് ഗാന്ധിജി നല്കുന്ന ഉപദേശം അത് ഒരിക്കലും ഗവൺമെന്റ് നിയന്ത്രണത്തിലായിരിക്കരുത്, വിദേശിയരായാലും ദേശീയരായാലും, ഓരോരാവശ്യവും അധികാരികളുടെ നിയന്ത്രണത്തിലാവുകയാണെങ്കിൽ സ്വയംഭരണം ഒരു പരാജയം തന്നെ.

അതായത് സ്വയംപര്യാപ്തത സ്വയംഭരണത്തിന് അനിവാര്യഘടകമാണ്. തങ്ങളുടെ പ്രധാനപ്പെട്ട ആവശ്യങ്ങൾക്ക് അന്യരെ ആശ്രയിക്കുന്ന സ്ഥിതി ഉണ്ടാകരുത്.

ഭക്ഷണം, വസ്ത്രം, പാർപ്പിടം, ആരോഗ്യപരിപാലനം, വിദ്യാഭ്യാസം തുടങ്ങിയവയുമായി ബന്ധപ്പെട്ട കാര്യനിർവ്വഹണം ഓരോ ഗ്രാമത്തിനും കഴിയേണ്ടതുണ്ട്.

"എന്റെ സ്വരാജ് നമ്മുടെ സംസ്കാരത്തിന്റെ മേന്മ നിലനിർത്തുന്നതിന് ഉപകരിക്കേണ്ടതാണ്. എനിക്ക് പുതിയ നിരവധികാര്യങ്ങൾ എഴുതണമെങ്കിൽ അത് ഇന്ത്യൻ സ്ളേറ്റിൽ തന്നെ വേണം. പടിഞ്ഞാറുനിന്നും സന്തോഷത്തോടെ കടം കൊള്ളേണ്ടതുണ്ടെങ്കിൽ അവ മാന്യമായ പലിശയോടെ മടക്കിക്കൊടുക്കാൻ കഴിയുമ്പോൾ മാത്രം."

സ്വരാജ് നിലനില്ക്കണമെങ്കിൽ ഭൂരിപക്ഷവും രാജ്യത്തോട് കൂറുള്ളവരും വ്യക്തിപരമായ നേട്ടങ്ങൾക്കുപരി രാജ്യനന്മ പരമപ്രധാനമായി കണക്കാക്കുന്നവരുമായ ജനസഞ്ചയം ഉണ്ടാകേണ്ടതുണ്ട്. ഗാന്ധിയൻ ഭരണവ്യവസ്ഥയിൽ പ്രധാനഘടകം ഗ്രാമമാണ്. ധാരാളം ആളുകളുടെ പിന്തുണയോടെയുള്ള ഭരണക്രമമാണ് സ്വരാജ്. ഈ ധാരാളം ആളുകൾ അസന്മാർഗ്ഗികളോ സ്വാർത്ഥരോ ആണങ്കിൽ ഗ്രാമസ്വരാജ് അരാജകത്വത്തിലവസാനിക്കും.

വ്യക്തികളുടെ ശ്രേഷ്ഠത ഉറപ്പിക്കുക എന്ന ഉദ്ദേശത്തോടെയാണ് ഗാന്ധിജി ഇങ്ങനെ അഭിപ്രായപ്പെട്ടത്.

എന്റെയോ നമ്മുടെയോ സ്വപ്നപദ്ധതിയായ സ്വരാജ് ഏതെങ്കിലും വർഗ്ഗത്തിനോ മതവിഭാഗങ്ങൾക്കോ പ്രാധാന്യം കല്പിക്കുന്നില്ല. വിദ്യാസമ്പന്നർക്കും ധനികർക്കും കുത്തക അധികാരം സ്വരാജ് നല്കുന്നില്ല. കൃഷിക്കാരനും അംഗവിഹീനർക്കും അന്ധർക്കും, പട്ടിണിപ്പാവങ്ങൾക്കും വേണ്ടിയാണ് സ്വരാജ് വിഭാവനം ചെയ്തിരിക്കുന്നത്.

ഭൂരിപക്ഷവിഭാഗമായ ഹിന്ദുക്കളുടെ ഭരണമേല്ക്കോയ്മ സ്വരാജിലുണ്ടാകുമെന്ന് ആശങ്കപ്പെട്ടവരോട് ഗാന്ധിജി പറഞ്ഞത്. ഇതിൽപ്പരം വലിയ തെറ്റിദ്ധാരണ ഇല്ലെന്നാണ്. അത് ശരിയാണെങ്കിൽ അതിനെ ഞാൻ സ്വരാജ് എന്ന് വിളിക്കില്ല. എന്റെ എല്ലാ ശക്തിയുമെടുത്ത് എതിർക്കുകയും ചെയ്യും. സ്വരാജ് എല്ലാവരുടെയും പങ്കാളിത്ത ഭരണക്രമമാണ്, എല്ലാവർക്കും നീതി ലഭിക്കാൻ.

(യങ് ഇന്ത്യ, 16.4.1931)

സ്വരാജിന്റെ പ്രധാന കടമയായി ഗാന്ധിജി കണ്ടത് അത് എല്ലാവരെയും ആന്തരികമായി ശുദ്ധീകരിക്കുവാനും, സംസ്കാരമഹിമ വളർത്തുന്നതിനും തദ്വാരാ നമ്മുടെ സാംസ്കാരിക ബോധത്തെ ശക്തിപ്പെടുത്തുന്നതിനും ഉപകരിക്കണം എന്നതാണ്, അല്ലെങ്കിൽ സ്വരാജ് പാഴ് വേലയായിരിക്കും. നമ്മുടെ സംസ്കാരത്തിന്റെ സത്തതന്നെ വ്യക്തിനിഷ്ഠതയും പൊതുധാർമ്മികതയും സാന്മാർഗ്ഗികതയും പുലർത്തുക എന്നതാണ്. പൂർണ്ണമായ രൂപത്തിലുള്ള സ്വരാജ് രാജകുമാരനും, കൃഷിക്കാരനും ധനിക ഭൂവുടമകൾക്കും ഭൂരഹിത കർഷകത്തൊഴിലാളിക്കും ഒരേ നീതിയാണ് നല്കേണ്ടത്. അതുപോലെ ഹിന്ദു, മുസ്ലീം, പാർസി, ക്രിസ്റ്റ്യൻ, ജൈന, ജൂത, സിക്ക് വിഭാഗങ്ങളെയും ജാതിവർഗ്ഗ സാമൂഹ്യ പരിഗണനകളില്ലാതെ കണക്കാക്കുന്നു. സർവ്വോപരി, സത്യം, അഹിംസ എന്നിവയ്ക്ക് നല്കുന്ന പ്രാധാന്യം സ്വരാജിന്റെ എല്ലാ വശങ്ങളിലും സാംഗത്യമുള്ളതുമാണ്.

ഗാന്ധിജിയെ സംബന്ധിച്ചിടത്തോളം ദരിദ്രരിൽ ദരിദ്രരായവരാണ് അദ്ദേഹത്തിന്റെ ഫോക്കസ് പോയന്റ്, അവരെ അദ്ദേഹം ദരിദ്രനാരായണന്മാർ എന്ന് വിളിച്ചു.

"എന്റെ സ്വപ്നത്തിലെ സ്വരാജ് ദരിദ്രരുടേതാണ്."

ദരിദ്രരുടെ ജീവിതാവശ്യങ്ങളും ധനികരുടേയും തമ്മിൽ വ്യത്യാസമില്ല..

ധനിക-ദരിദ്ര വ്യത്യാസമില്ലാതെ ജീവിതാവശ്യങ്ങൾ എല്ലാവർക്കും പ്രാപ്യമാകേണ്ടതുണ്ട്. ധനികരെ അനുകരിച്ച് കൊട്ടാരങ്ങൾ നിർമ്മിച്ചു നല്കണമെന്നല്ല. സന്തോഷം നല്കാൻ അവ ആവശ്യമില്ല. അടിസ്ഥാന ആവശ്യങ്ങളായ ഭക്ഷണം, വസ്ത്രം, പാർപ്പിടം, ആരോഗ്യപരിപാലനം, വിദ്യാഭ്യാസം എന്നിവ ദരിദ്രർക്കും നല്കാനാവുന്നില്ലെങ്കിൽ അത് പൂർണ്ണ സ്വരാജ് ആയി ഗാന്ധിജിക്ക് കണക്കാക്കാനാകുമായിരുന്നില്ല.

ഗാന്ധിജിയെ സംബന്ധിച്ചിടത്തോളം സ്വരാജ് പൂർണ്ണമായും വൈദേശിക മേധാവിത്തത്തിൽനിന്ന് മുക്തവും സാമ്പത്തിക സ്വാശ്രയത്വം ഉള്ളതുമായിരിക്കണം. ധാർമ്മികതയും സാമൂഹ്യതയും സ്വരാജിന്റെ രണ്ടു വശങ്ങളാണ്. സ്വരാജിന്റെ പരമലക്ഷ്യം ധാർമ്മികതയും അതിന്റെ സമ്പാദനം സത്യം, അഹിംസ എന്നീ മാർഗ്ഗങ്ങളിൽ കൂടിയുമായിരിക്കണം. വ്യക്തിസ്വാതന്ത്ര്യത്തിന് പരമപ്രാധാന്യം നല്കുന്നുണ്ട് സ്വരാജിൽ. കറ

കളഞ്ഞ ജനാധിപത്യബോധം ഉണ്ടാകുന്നതിന് അഹിംസ അനിവാര്യ മായി വരുന്നത് എതിർപ്പുകളെ അടിച്ചമർത്തലുകൾക്ക് വിധേയമാക്കാതിരിക്കുമ്പോഴാണല്ലോ.

അഹിംസയിൽ അധിഷ്ഠിതമായ സ്വരാജിൽ ജനങ്ങൾ അവരുടെ അവകാശങ്ങളും കടമകളും അറിഞ്ഞിരിക്കേണ്ടതാണ്. കടമകളുടെ പൂർണ്ണബോധം അല്ലെങ്കിൽ നിർവ്വഹണം മാത്രമേ അവകാശങ്ങൾക്ക് വഴിതുറക്കുന്നുള്ളൂ. അസത്യപ്രചാരണമോ ഗുണ്ടായിസമോ നടത്തുന്നവർ സമൂഹത്തിന്റെ താല്പര്യങ്ങൾ ഹനിക്കുന്നവരാണ്. സത്യവും അഹിംസയും പാലിക്കുന്നവർക്ക് വ്യക്തി എന്ന നിലയ്ക്ക് അഭിമാനവും തദ്വാരാ അവകാശങ്ങളും സിദ്ധിക്കുന്നു.സമൂഹത്തിനായി കടമകൾ നിർവ്വഹിക്കുന്ന വ്യക്തികളാണ് സ്വരാജ് വ്യവസ്ഥയുടെ അടിത്തൂൺ.

അക്രമരഹിതമായ സമൂഹത്തിൽ ആരും ആരുടെയും ശത്രുവല്ല. പൊതുനന്മയ്ക്കായി എല്ലാവരും ചിന്തിക്കുകയും പ്രവർത്തിക്കുകയും ചെയ്യുന്നു. നിരക്ഷരരായി സമൂഹത്തിൽ ആരും അവശേഷിക്കുന്നില്ല. എല്ലാവർക്കും ആവശ്യമായ വിദ്യാഭ്യാസം ലഭിക്കുന്നു.

ആരോഗ്യപാലനത്തിൽ ശുചിത്വത്തിനും, ആരോഗ്യസംരക്ഷണ പ്രവർത്തനങ്ങൾക്കും സ്ഥാനമുള്ളതുകൊണ്ട് സ്വരാജിൽ രോഗങ്ങൾ പരിമിതമായിരിക്കും.

എല്ലാവരും തൊഴിൽ ചെയ്ത് ജീവിക്കുന്നതിനാൽ പാപ്പരായി ആരും ഉണ്ടാകുന്നില്ല. കൃഷി, കന്നുകാലിവളർത്തൽ, നെയ്ത്ത്, കുടിൽവ്യവസായങ്ങൾ, കരകൗശലവേല എന്നിവ മുഖ്യതൊഴിൽ സ്രോതസ്സുകളായിരിക്കും. തൊഴിൽ രഹിതർക്ക് ഗ്രാമസ്വരാജിൽ സ്ഥാനമില്ല.

മദ്യപാനം, വാതുവെയ്പ്, അസാന്മാർഗ്ഗികത, വിഭാഗീയത തുടങ്ങിയ വിപത്തുകൾക്ക് സ്വരാജിൽ സാദ്ധ്യതയില്ല.

ധനികർ അവരുടെ സമ്പത്ത് ധൂർത്തടിച്ച് ആർഭാടം പ്രദർശിപ്പിക്കാതെ ധനം ബുദ്ധിപൂർവ്വവും ഉപകാരപ്രദമായും ഉപയോഗിക്കുന്നു. സ്വരാജ് വ്യവസ്ഥയിൽ ഒരു കൂട്ടം ആളുകൾ രക്തകവചിതമായ കൊട്ടാരങ്ങളിലും ദരിദ്രലക്ഷങ്ങൾ സൂര്യപ്രകാശമോ വായുവോ പ്രവേശിക്കാത്ത കൂരകളിൽ വസിക്കുന്നതും സംഭവ്യമാകരുത്. ഹിംസാരഹിതമായ സ്വരാജ് വ്യവസ്ഥയിൽ മറ്റുള്ളവരുടെ നീതിപൂർവ്വമായ അവകാശങ്ങളിൽ ആരും അതിക്രമം കാട്ടുന്നില്ല. അതുപോലെ നീതിപൂർവ്വമല്ലാത്ത അവകാശങ്ങൾ ആരും അവകാശപ്പെടുന്നുമില്ല.

ക്രമാതീതമായ വ്യവസ്ഥയിലധിഷ്ഠിതമായ സ്റ്റേറ്റിൽ മറ്റുള്ളവരുടെ അവകാശങ്ങൾ കവർന്നെടുക്കൽ അസംഭാവ്യം എന്ന് ഗാന്ധിജി നിരീക്ഷിക്കുകയുണ്ടായി. കവർച്ചക്കാർക്ക് എതിരെ നടപടിയെടുക്കേണ്ട ആവശ്യങ്ങളും അവിടെ ഉണ്ടാകുന്നില്ല.

ഗാന്ധിജിയുടെ ഗ്രാമസ്വരാജ് വ്യവസ്ഥയുടെ ഏറ്റവും ആദർശസുരഭിലവും അതുകൊണ്ടുതന്നെ നിശിത വിമർശനങ്ങൾക്ക് ഇടയാക്കിയ ഘടകവും സ്വരാജിന്റെ കല്പിതമായ ആദർശപദവിയാണ്. അപ്രാ

യോഗികം എന്ന് എളുപ്പത്തിൽ പറയാമെങ്കിലും ഗാന്ധിജി വിഭാവനം ചെയ്ത ആദർശസമൂഹത്തിന് പൂർണ്ണമായും ഇത് അപ്രായോഗികവുമല്ല.

എല്ലാവരുടെയും ആവശ്യങ്ങൾ നിറവേറ്റുന്ന, ദു:ഖവും കഷ്ടപ്പാടുകളും ആശങ്കകളും അനിശ്ചിതത്വവും ഇല്ലാത്ത സ്നേഹത്തിന്റെ ഗംഗാപ്രവാഹമാണ് ഗാന്ധിജി സ്വരാജിൽ നിഷ്കർഷിക്കുന്നത്. ഗ്രാമവാസികൾ ഏകമനസ്സോടെ, സ്വാർത്ഥ ചിന്തകളില്ലാതെ യജമാനനും അടിമയും ഇല്ലാതെ ഒരേ ഇടത്ത് കഴിയുന്നതാണ് ഗാന്ധിയൻ ഗ്രാമസ്വരാജ്.

ഡൽഹിയിലെ ഭാംഗികോളനിയിൽ ഗാന്ധിജി വസിച്ചിരുന്ന കാലത്ത് സായന്തനപ്രാർത്ഥനയ്ക്ക് ഉപയോഗിച്ചിരുന്ന പാട്ടിലെ വരികൾ സൂചിപ്പിക്കുന്ന "ആദർശസമൂഹം" (Picture of anideal Society) എന്ന ഗാനത്തിൽ ഇതെല്ലാം അടങ്ങിയിട്ടുണ്ട്. പെത്തിക് ലോറൻസ് പ്രഭുവിന് ഈ ഗാനത്തിന്റെ ഇംഗ്ലീഷ് പരിഭാഷ ഗാന്ധിജി ഇംഗ്ലണ്ടിലേക്ക് അയച്ചിട്ടുണ്ട്.

ഗാന്ധിയൻ സ്വപ്നപദ്ധതി പ്രകാരം വർഗ്ഗരഹിത, ജാതിരഹിത സമൂഹങ്ങൾ നിവസിക്കുന്ന ഗ്രാമങ്ങളും പ്രദേശങ്ങളുമാണ് രാജ്യത്ത് ഉണ്ടാകേണ്ടത്. രാജ്യത്തെ vertical ആയി വിഭജിക്കാതെ Horizontal വിഭജനം ഉണ്ടാകുമ്പോൾ ഉയർന്നവരോ താഴ്ന്നവരോ ഇല്ലാത്ത എല്ലാവരും തുല്യ പദവിയിലുള്ള, തുല്യവേതനം പറ്റുന്ന തൊഴിൽ മേഖലയിൽ ഉള്ളവരാകുന്നു സമൂഹത്തിൽ കൂടുതൽ ധനമുള്ളവർ അത് സ്വന്തം സുഖസൗകര്യങ്ങളുടെ വർദ്ധനവിന് ഉപയോഗിക്കാതെ ഇല്ലാത്തവരുടെ സേവനത്തിനായി ട്രസ്റ്റുകൾ രൂപീകരിക്കണം. സ്വന്തം വ്യക്തിപരമായ നേട്ടത്തിനുവേണ്ടി തൊഴിലുകൾ സ്വീകരിക്കുന്നതിനുപകരം സ്വന്തം കഴിവുകളുടെ വികസനത്തിനുതകുന്ന സാമൂഹ്യസേവന രംഗമായിരിക്കണം നോട്ടമിടേണ്ടത്.

എല്ലാ തൊഴിലുകൾക്കും പദവിയും വരുമാനവും തുല്യമാകുമ്പോൾ പാരമ്പര്യസിദ്ധമായ കഴിവുകൾ തലമുറകളായി നിലനില്ക്കുമ്പോൾ വ്യക്തിപരമായ നേട്ടം അചിന്തനീയവുമായി മാറുന്നു. കമ്യൂണിറ്റി സേവനം അനിയന്ത്രിതവും ആത്മാവില്ലാത്തതുമായ മത്സരങ്ങൾ ഒഴിവാക്കുന്നു.

സ്വന്തം അദ്ധ്വാനംകൊണ്ട് ജീവിക്കുന്നവരാകണം എല്ലാവരും. കുടിൽവ്യവസായങ്ങൾ കാർഷിക സഹകരണ സൊസൈറ്റി എന്നിവയിൽ പ്രവർത്തിക്കുന്നവരിൽ മതചിന്തകളോ ജാതിസ്പർദ്ധകളോ ഉദിക്കുന്നില്ല.

സ്വദേശിയുടെ ലോകത്തിൽ സാമ്പത്തിക അതിരുകൾ പരിമിതവും വ്യക്തിസ്വാതന്ത്ര്യം അതിരുകളില്ലാത്തതുമായിരിക്കും. ഓരോ വ്യക്തിയും തന്റെ സ്വന്തം ചുറ്റുപാടുകളോട് ഉത്തരവാദിത്വം ഉള്ളവരും എന്നാൽ എല്ലാവരും സാമൂഹ്യബാദ്ധ്യതകൾ നിറവേറ്റേണ്ടവരുമാണ്.

പരസ്പരാശ്രയത്വം വഴി അവകാശങ്ങളും കടമകളും നിയന്ത്രിക്കപ്പെടുന്നു. ദേശീയത ഇടുങ്ങിപ്പോവുകയോ സാർവ്വദേശീയബോധം ഇല്ലാ

താവുകയോ ചെയ്യുന്നില്ല.

പിച്ചക്കാരോ, ദീപാളി കുളിച്ചവരോ സമൂഹത്തിലുണ്ടാകുന്നില്ല. ഉയർന്നവരോ താഴ്ന്നവരോ, അർദ്ധപട്ടിണിക്കാരോ ലഹരിപദാർത്ഥങ്ങൾ ഉപയോഗിക്കുന്നവരോ ഉണ്ടാകുന്നില്ല.

സ്ത്രീകൾക്കും പുരുഷന്മാർക്കും തുല്യസാമൂഹ്യപദവിയും സ്ത്രീസുരക്ഷയും അസൂയാർഹമായ വിധം സംരക്ഷിക്കപ്പെടുന്നു. സ്ത്രീകളെ അമ്മമാരായോ, സഹോദരിമാരായോ, മക്കളായോ എല്ലാവരും കണക്കാക്കുന്നു.

തൊട്ടുകൂടായ്മ പഴങ്കഥയായും വിവിധജാതിമതസ്ഥർ ഒരേ രീതിയിൽ ബഹുമാനിക്കപ്പെടുന്നു.

അദ്ധ്വാനിക്കാൻ കഴിവുള്ള ഓരോ വ്യക്തിയും സ്വയമേവ അദ്ധ്വാനിച്ചു ഭക്ഷണം നേടണം. ജീവിക്കാൻ ആവശ്യമായതിൽ കവിഞ്ഞൊന്നും സമ്പാദിച്ചുകൂട്ടരുത്.

ശാരീരികാദ്ധ്വാനം മോശമായി കാണരുത്. എല്ലാ തൊഴിലിൽ ഏർപ്പെടുന്നവരുടെ സേവനവും സമൂഹത്തിന് ആവശ്യമാണ്.

ഗാന്ധിജിയും ഫാക്ടറി സംസ്കാരവും

ഗാന്ധിജിയുടെ മനസ്സിൽ ഇന്ത്യയിലെ ഏഴുലക്ഷം ഗ്രാമങ്ങളും അവിടത്തെ അർദ്ധപട്ടിണിക്കാരായ ലക്ഷം ലക്ഷം നിരാലംബരായ ജനങ്ങളുമായിരുന്നു. അവരെ ദരിദ്രനാരായണന്മാർ എന്ന് ഗാന്ധിജി വിളിച്ചു.

ഇന്ത്യൻ ജനതയുടെ കഷ്ടത പരിപൂർണ്ണമായി മാറ്റാൻ അദ്ദേഹം ആഗ്രഹിച്ചിരുന്നു. അവരുടെ സ്വാതന്ത്ര്യത്തിനും അഭിവൃദ്ധിക്കുംവേണ്ടിയാണദ്ദേഹം സ്വാതന്ത്ര്യസമരം നയിച്ചത്. ഗ്രാമപുനരുദ്ധാരണം എന്നാൽ ഗാന്ധിജിക്ക് അർദ്ധപട്ടിണിക്കാരുടെ പുനരുദ്ധാരണമായിരുന്നു. വൻകിട ഫാക്ടറികളോടും കൂറ്റൻ യന്ത്രങ്ങളോടും അദ്ദേഹം എതിർപ്പ് പ്രകടിപ്പിച്ചത് ഫാക്ടറി സംസ്കാരത്തിന്റെ നിരവധി ദോഷങ്ങൾ മുൻപിൽ കണ്ടതുകൊണ്ടായിരുന്നു.

കോടിക്കണക്കിന് ജനങ്ങൾ തൊഴിലില്ലാതെ അലയുമ്പോൾ ഫാക്ടറി വ്യവസ്ഥ പ്രശ്നപരിഹാരത്തിന് ഉതകുന്നതല്ല.

ഫാക്ടറി സംസ്കാരം മനുഷ്യരാശിക്ക് ഒരു ശാപമായി തീരുമോ എന്ന് ഗാന്ധിജി ആശങ്ക പ്രകടിപ്പിച്ചിരുന്നു. ചൂഷണമാണ് ഫാക്ടറി സംസ്കാരം നിലവിൽ വരുത്തിയത്. ദുർബ്ബലരാഷ്ട്രങ്ങളെ ചൂഷണം ചെയ്ത് അവരുടെ മാർക്കറ്റുകൾ പിടിച്ചടക്കുന്ന രീതിയാണ് ഇംഗ്ലണ്ട് അവലംബിക്കുന്നത്.

വിദേശവസ്തുക്കൾ വർജ്ജിക്കാനുള്ള ഇന്ത്യൻ തീരുമാനം ഇംഗ്ലണ്ടിന്റെ മേൽ ഒരു ഈച്ച കടിച്ച ഫലം ആണ് സാമ്പത്തികമായി ഉണ്ടാക്കുക. അവിടെ തൊഴിലില്ലായ്മ പെരുകുന്നു. പടിഞ്ഞാറൻ രാഷ്ട്രങ്ങൾക്കുപോലും വ്യവസായവല്ക്കരണം വലിയ പ്രതിസന്ധികൾ സൃഷ്ടിക്കുമ്പോൾ ഇന്ത്യക്ക് ഈ രംഗത്ത് പിടിച്ച് നില്ക്കുവാൻ കഴിയുമോ എന്ന സംശയം ഗാന്ധിജി പ്രകടിപ്പിച്ചിരുന്നു.

ഫാക്ടറി വ്യവസ്ഥ സ്ഥാപിതമായാലുള്ള അനിവാര്യമായ ചൂഷണം കാണാതിരുന്നുകൂട. ദുർബ്ബല രാഷ്ട്രങ്ങളെ ശക്തിവാന്മാർ ചൂഷണം ചെയ്തുകൊണ്ടിരിക്കും.

വൻകിട യന്ത്രങ്ങളെ എതിർക്കാനും ഗാന്ധിജിക്കുണ്ടായിരുന്ന ന്യായം അവ മാനുഷികചൂഷണത്തിന്റെ പ്രതീകം എന്ന നിലയിലാണ്. യന്ത്രങ്ങൾ മനുഷ്യനെ അലസസ്വഭാവിയാക്കി മാറ്റുന്നതോടൊപ്പം തെറ്റായ ഉദ്ദേശങ്ങൾക്കും യന്ത്രങ്ങൾ ഉപയോഗിക്കാം എന്ന നിലയും ഉണ്ട്.

വ്യവസായസംസ്കാരത്തെ ഗാന്ധിജി ഒരു രോഗമായിട്ടാണ് കാണുന്നത്. ആവിക്കപ്പലുകളെയും ടെലഗ്രാഫിനെയും ഗാന്ധിജി എതിർത്തിരുന്നില്ല. വ്യവസായസംസ്കാരം മനുഷ്യന്റെ ഭൗതിക ആഗ്രഹങ്ങൾ വർദ്ധിപ്പിക്കുകയും അത് അമിതമായ പ്രകൃതി ചൂഷണത്തിൽ കലാശിക്കുകയും ചെയ്യും.

പടിഞ്ഞാറൻ സംസ്കാരത്തിന്റെ ചുവടുപിടിച്ച് വ്യവസായവല്ക്കരണം നമ്മൾ നടത്തണമെന്നില്ല. ഇംഗ്ലണ്ട്, അമേരിക്ക തുടങ്ങിയ രാജ്യങ്ങളിൽനിന്ന് വ്യത്യസ്തമാണ് ഇന്ത്യൻ അവസ്ഥ. അന്ധമായ അനുകരണം ഇക്കാര്യത്തിൽ അബദ്ധങ്ങളിൽ ചാടിക്കും.

ഇന്ത്യൻ ദാരിദ്ര്യ അവസ്ഥ മാറ്റേണ്ടതുണ്ട്. പക്ഷേ, അതിനുള്ള പരിഹാരം വ്യവസായവല്ക്കരണമല്ല, ഇന്ത്യയിൽ എല്ലാവർക്കും തൊഴിൽ ലഭിക്കത്തക്കവണ്ണം കുടിൽ വ്യവസായങ്ങളും ചെറുകിട വ്യവസായങ്ങളുമാണ് ഉണ്ടാകേണ്ടത്.

വൻകിടവ്യവസായങ്ങൾ പ്രകൃതി ചൂഷണകാര്യത്തിൽ മുൻപിൽ നില്ക്കുന്നതിനാൽ നമ്മുടെ അനന്തര തലമുറകൾക്കുള്ള പ്രകൃതിവിഭവങ്ങൾ ഊറ്റിയെടുക്കപ്പെടുന്നു. ഒരു ന്യൂനപക്ഷം ഇങ്ങനെ സമാഹരിക്കുന്ന ധനം ഏതാനും പേരുടെ കൈകളിൽ എത്തിച്ചേരുന്നു. ഇത് സാമൂഹിക അസമത്വത്തിലേക്കും ഹിംസാത്മക പ്രവർത്തനങ്ങളിലേക്കും നയിക്കുന്നു.

സ്വതന്ത്രഭാരതത്തിൽ ഇങ്ങനെ ഒരവസ്ഥ ഉണ്ടാകാൻ ഗാന്ധിജി ആഗ്രഹിച്ചിരുന്നില്ല. ലളിത ജീവിതവും ഉന്നതമായ ജീവിതവീക്ഷണവും നയിക്കുന്നവരായിരിക്കണം ഭാരതീയർ എന്ന ഗാന്ധിയൻ സ്വപ്നദർശനത്തെ സാധൂകരിക്കുന്ന സിദ്ധാന്തമായിരുന്നു ഇത്.

ധനത്തെ ഉപാസിക്കുന്നതിനും (Mammon Worship) പകരം മാന്യവും കുലീനവുമായ ജീവിതചര്യ ഏവരും പിന്തുടരണം.

യൂറോപ്യൻ സംസ്കാരം യൂറോപ്പിന് ചേരും. പക്ഷേ, ഇന്ത്യയ്ക്ക് അതൊരിക്കലും ചേരില്ല. വെറും കൊച്ചുദ്വീപ് സമൂഹമായ ഇംഗ്ലണ്ട് സാമ്പത്തിക ഇംപീരിയലിസം പ്രയോഗിച്ച് ലോകത്തെ ചങ്ങലയ്ക്കിട്ടിരിക്കുകയാണ്. മുന്നൂറ് മില്യൻ ജനസംഖ്യയുള്ള നാം ലോകത്തെ സാമ്പത്തിക ചൂഷണത്തിന് വിധേയമാക്കുകയാണെങ്കിൽ ലോകം വെട്ടുകിളി ശല്യം കൊണ്ട് നശിപ്പിക്കപ്പെട്ട കൃഷിസ്ഥലംപോലെ ആയിത്തീരും.

കൂറ്റൻ മെഷീനുകൾ ഉപയോഗിച്ചുള്ള വ്യവസായവല്ക്കരണത്തെയാണ് ഗാന്ധിജി എതിർത്തിരുന്നത്. കുടിൽ വ്യവസായങ്ങളുടെ നിലമെച്ചപ്പെടുത്തുന്നതിനുള്ള യന്ത്രങ്ങളെ അദ്ദേഹം സ്വാഗതം ചെയ്യുകയും ചെയ്തിരുന്നു.

ഫാക്ടറിസമ്പ്രദായം വ്യവസായവല്ക്കരണവും പ്രകൃതിയുടെ നാശത്തിനും ഇടയാക്കുമെന്ന് ഗാന്ധിജി ദീർഘദർശിത്വം ചെയ്തതായി കാണാം. പരിസ്ഥിതി മലിനീകരണം, പരിസ്ഥിതി നാശം എന്നിവ ഇന്ന് നമ്മെ തുറിച്ചുനോക്കുന്ന രണ്ട് ഭീമൻ പ്രശ്നങ്ങളാണ്. ഇന്നത്തെ നമ്മുടെ മലിനീകരണത്തിന്റെയും പ്രകൃതിവിഭവചൂഷണങ്ങളുടെയും പശ്ചാത്തലത്തിൽ ഗാന്ധിജിയുടെ ദർശനങ്ങളുടെ പ്രസക്തിയും പ്രാമുഖ്യവും ഊഹിക്കാവുന്നതേയുള്ളൂ.

ഗ്രാമങ്ങളും നഗരങ്ങളും

ഗാന്ധിജിയുടെ യന്ത്രങ്ങളോടുള്ള സമീപനവുമായി ബന്ധപ്പെട്ടു കൊണ്ടാണ് ഗ്രാമങ്ങളെയും നഗരങ്ങളെയുംകുറിച്ച് അദ്ദേഹത്തിന്റെ അഭി പ്രായരൂപീകരണമുണ്ടാകുന്നത്. ഗ്രാമത്തിൽ ഉരുത്തിരിഞ്ഞ് വികാസം പ്രാപിച്ച സംസ്കാരവും നഗര സംസ്കാരവും വ്യത്യസ്തമാണ്.

രണ്ടാം ലോകമഹായുദ്ധം നടന്നുകൊണ്ടിരിക്കുമ്പോൾ ഹിന്ദു സ്ഥാൻ സ്റ്റാൻഡേർഡിൽ 6.12.1944) ഗാന്ധിജി ഇങ്ങനെ എഴുതി:

"ഇന്നത്തെപ്പോലെ നമ്മുടെ രാജ്യം ഒരിക്കലും ഇത്രയും ദു:ഖ മയവും ദയനീയസ്ഥിതിയിലുമായിരുന്നില്ല. നഗരവാസികൾക്ക് നല്ല സാമ്പത്തികനേട്ടവും ഉയർന്ന കൂലിയും ലഭിക്കുന്നുണ്ടാകും. പക്ഷേ, ഗ്രാമങ്ങളുടെ രക്തം ഊറ്റിയാണ് നഗരങ്ങൾ തടിച്ചുകൊഴുക്കുന്നത്."

ലക്ഷങ്ങളോ കോടികളോ ശേഖരിച്ചുവെക്കേണ്ടതില്ല. നമ്മുടെ ശ്രമം ശ്രേഷ്ഠമായ ഒരു ഉദ്ദേശം നിറവേറ്റുന്നതിനാണെങ്കിൽ പണത്തെക്കുറിച്ച് വേവലാതിപ്പെടേണ്ടതില്ല. നമ്മുടെ ഗ്രാമങ്ങളെ സ്വയം സമ്പൂർണ്ണവും സ്വാശ്രയവും ആക്കേണ്ടതുണ്ട്.

ഇന്ത്യൻ നഗരങ്ങളിലെ സമ്പത്ത് നമ്മളെ തെറ്റിദ്ധാരണയിലാക്ക രുത്. ഇംഗ്ലണ്ടിൽനിന്നോ അമേരിക്കയിൽനിന്നോ വന്ന സമ്പത്ത് അല്ല അത്. നമ്മുടെ ഗ്രാമങ്ങളിലെ ദരിദ്രരിൽനിന്നും ഊറ്റിയെടുത്തതാണത്.

ഏഴുലക്ഷത്തിലധികം ഉണ്ടായിരുന്ന ഇന്ത്യൻ ഗ്രാമങ്ങളിൽ ചിലത് തുടച്ചു നീക്കപ്പെട്ടു. ബംഗാൾ, കർണ്ണാടക എന്നിവിടങ്ങളിൽ ക്ഷാമം മൂലവും രോഗങ്ങളാലും ആയിരങ്ങൾ മരിച്ചു വീണു.

ഗവൺമെന്റ് രജിസ്റ്ററുകളിലൊന്നിലും ഇതിന്റെ കൃത്യമായ കണ ക്കുകൾ ഉണ്ടാവില്ല.

ബോംബെയിലെ തുണിമില്ലുകളിൽ ജോലി ചെയ്യുന്ന തൊഴിലാളി

കളുടേത് അടിമതുല്യജീവിതമാണ്. സ്ത്രീകളുടെ സ്ഥിതി ഏറെ പരിതാപകരവും.

തുണിമില്ലുകൾ വരുന്നതിനുമുമ്പ് ഇത്രയും പട്ടിണിയുണ്ടായിരുന്നില്ല. മെഷീനുകളോടുള്ള ഭ്രമം നമുക്ക് നല്കുന്നത് കൂടുതൽ വിഷമകരമായ അവസ്ഥയായിരിക്കും.

മാഞ്ചസ്റ്ററിലെ തുണിമില്ലുകൾ ഉല്പാദിപ്പിക്കുന്നതിന് പണം നല്കുന്നതാണ് ഇന്ത്യയിൽ മാഞ്ചസ്റ്റർ മോഡൽ ഫാക്ടറി ആരംഭിക്കുന്നതിനേക്കാൾ മെച്ചം.

അമിത ധനം ഉണ്ടാക്കുന്ന തുണിമില്ലുടമകൾ മറ്റ് ധനികരിൽനിന്നും വ്യത്യസ്തരല്ല. ധനികർ ബ്രിട്ടീഷ് ഭരണത്തെ പിന്താങ്ങുന്നു.

നിർദ്ധനരായ ഗ്രാമീണരെ വൈദേശികസർക്കാരും നഗരവാസികളായ ഇന്ത്യക്കാരും ഒരേപോലെ ചൂഷണത്തിന് വിധേയമാക്കുന്നു.

ഭക്ഷണം ഉല്പാദിപ്പിക്കുന്ന ഗ്രാമീണർ പട്ടിണി കിടക്കേണ്ടിവരുന്നു. അവർ പാലുല്പാദിപ്പിക്കുന്നുവെങ്കിലും അവരുടെ കുട്ടികൾക്ക് കുടിക്കുവാൻ കിട്ടുന്നില്ല. പോഷകസമൃദ്ധമായ ഒരു ഭക്ഷണക്രമം അവർക്കുണ്ടാകുന്നില്ല. വാസഗൃഹം വൃത്തിയുള്ളതാവില്ല. അവരുടെ കുട്ടികൾക്ക് ആവശ്യമായ വിദ്യാഭ്യാസമോ ആരോഗ്യ പരിരക്ഷയോ ലഭിക്കുന്നില്ല. അപമാനകരമാണ് ഇതെല്ലാം.

ചുരുക്കത്തിൽ ഗ്രാമീണ ജനതയുടെ ജീവിതത്തിന് ഒരു ഭീഷണിയായി നിലകൊള്ളുന്നത് നഗരങ്ങളും അവിടത്തെ സൂത്രക്കാരുമാണ്.

ലോകത്ത് എല്ലായിടത്തും യുദ്ധങ്ങളുണ്ടാക്കുന്നത് നഗരവാസികളാണ്. അല്ലാതെ ഗ്രാമീണരല്ല.

നഗരങ്ങളുടെ വളർച്ചയെ ഒരു ചീത്തകാര്യമായിട്ടാണ് ഗാന്ധിജി കണ്ടിരുന്നത്. മനുഷ്യരാശിക്കും ലോകത്തിന് തന്നെയും അത് വിനാശകരമാണ്. ബ്രിട്ടീഷുകാർ ഇന്ത്യയെ നഗരങ്ങൾ മുൻനിർത്തിയാണ് ചൂഷണവിധേയമാക്കിയത്.

ഗ്രാമങ്ങളെ സൗന്ദര്യവല്ക്കരിക്കുന്നത് തന്റെ കടമയും കർത്തവ്യവുമാണെന്ന് ഗാന്ധിജി എപ്പോഴും വിശ്വസിച്ചിരുന്നു. പച്ചക്കറികളും ഇലക്കറികളും ഉണ്ടാക്കി കഴിക്കുന്നതിന് അവരെ പഠിപ്പിക്കേണ്ടിയിരിക്കുന്നു. ഇലക്കറികൾ പാകം ചെയ്ത് കഴിക്കുമ്പോൾ വിറ്റാമിനുകൾ നഷ്ടപ്പെടുന്നത് അവരെ ബോദ്ധ്യപ്പെടുത്തേണ്ടതുണ്ട്. നഗരങ്ങൾ സംരക്ഷിക്കാൻ നാം ബദ്ധപ്പെടണമെന്നില്ല. പക്ഷേ, ഗ്രാമ പുനർനിർമ്മാണം നമ്മുടെ കർത്തവ്യമാണ്. സഹജമായ അന്ധവിശ്വാസങ്ങളും, മുൻവിധികളും, ഇടുങ്ങിയ മനഃസ്ഥിതിയും ഗ്രാമീണർക്കുണ്ട്. അവയെല്ലാം മാറ്റിയെടുക്കുന്നതിന് നാം അവരോടൊന്നിച്ച് ചേർന്ന് പ്രവർത്തിക്കേണ്ടതുണ്ട്. അവരുടെ സുഖദു:ഖങ്ങളിൽ പങ്കുചേരുകയും വിദ്യാഭ്യാസകാര്യങ്ങളിൽ പ്രോത്സാഹജനകമായ നിലപാട് സ്വീകരിക്കുകയും വേണം.

ഗ്രാമങ്ങളെ മാതൃകാപരമാക്കുന്നതിന് ശുചീകരണപ്രവർത്തനങ്ങളും ഭക്ഷണകാര്യങ്ങളിൽ വേണ്ട ഉപദേശങ്ങളും നല്കണം. നല്ല ഭക്ഷ

ണക്രമം എന്താണെന്നും ആരോഗ്യകരമായ ജീവിതത്തിന് അത്യാവശ്യമായ കാര്യങ്ങളും പഠിപ്പിക്കേണ്ടതുണ്ട്.

ലയണൽ കർട്ടിസ് (Lional curtis) നമ്മുടെ ഗ്രാമങ്ങളെ ചാണക കൂനകളോടാണ് ഉപമിച്ചത്. ഗ്രാമങ്ങളിൽ വേണ്ടത്ര ശുദ്ധവായുവുണ്ടെങ്കിലും കുടിലുകളുടെ നിർമ്മാണ രീതികൊണ്ട് അത് ആവശ്യത്തിന് ലഭിക്കാത്തത് ബോദ്ധ്യപ്പെടുത്തണം. ശുദ്ധമായ പച്ചക്കറികളുടെ കാര്യവും അവരെ അറിയിക്കണം.

ഗ്രാമീണരോടൊപ്പം ചേർന്നു പ്രവർത്തിക്കുകയും അവരുടെ ശുശ്രൂഷകരായും മലം ചുമക്കുന്നവരായും, വീട്ടുജോലിക്കാരായും കഴിഞ്ഞു കൂടുമ്പോഴാണ് അവരിൽ യഥാർത്ഥ മാറ്റം ഉണ്ടാക്കാനാവുക. അല്ലാതെ അവരുടെ മേധാവികളായി അഭിനയിച്ചുകൊണ്ടല്ല.

നഗരങ്ങളും ഗ്രാമങ്ങളും തമ്മിലുള്ള മാതൃകാപരമായ ബന്ധം, നഗരങ്ങൾ ഗ്രാമീണ നന്മയിലേക്ക് മടങ്ങാനുള്ള ആഗ്രഹം നിലനിർത്തി പ്രവർത്തിക്കുക എന്നതാണ്. സ്വാർത്ഥലാഭത്തിനുവേണ്ടി ഗ്രാമങ്ങളെ ചൂഷണം ചെയ്യൽ മാത്രമായി അവരുടെ കടമയെ ചുരുക്കരുത്.

ഗ്രാമീണ സംസ്കാരത്തിന്റെ ഗുണഭോക്താക്കളാണ് നാം. അതിന്റെ ദൂഷ്യങ്ങൾ പരിഹരിക്കാവുന്നതേയുള്ളൂ. ഗ്രാമീണ സംസ്കൃതിയെ പറിച്ചെറിഞ്ഞ് അതിന്റെ സ്ഥാനത്ത് നഗരസംസ്കാരം നിർമ്മിച്ചെടുക്കുക അസാദ്ധ്യമായ പ്രവർത്തിയായിട്ടാണ് ഗാന്ധിജി ചിന്തിച്ചത്.

ഗ്രാമസ്വരാജ്-ഗ്രാമങ്ങളുടെ സ്ഥാനം

ഗ്രാമങ്ങളുടെ സേവനത്തിന് സ്വരാജ് സ്ഥാപിച്ചേ മതിയാകൂ. മറ്റുള്ള ചിന്തകൾ പാഴ്‌വേലകൾ.

*യങ് ഇന്ത്യ*യിൽ ഒരു ലേഖനത്തിൽ ഗ്രാമസ്വരാജിനെക്കുറിച്ചുള്ള ലേഖനം ഗാന്ധിജി ആരംഭിച്ചത് മേലുദ്ധരിച്ച വാചകങ്ങളുമായിട്ടാണ്. (Young India, 26.12.1929)

"ഗ്രാമങ്ങൾ നാമാവശേഷമാകുമ്പോൾ ഇന്ത്യയും നാശത്തിലേക്ക് നീങ്ങും." ലോകചരിത്രത്തിൽ ഇന്ത്യ വഹിക്കേണ്ടുന്ന ഉത്തരവാദിത്വവും (mission) നഷ്ടപ്പെട്ടു.

ഇന്ത്യയോളം തന്നെ പ്രാചീനത അവകാശപ്പെടാവുന്ന ഗ്രാമങ്ങളും വൈദേശിക സൃഷ്ടിയായ നഗരങ്ങളും തമ്മിൽ ഒരു തിരഞ്ഞെടുപ്പ് നാം നടത്തേണ്ടതുണ്ട്. ഗ്രാമങ്ങളെ ചൂഷണം ചെയ്യുക എന്നത് ഹിംസയുടെ അംഗീകൃതരൂപമാണ്. അഹിംസാത്മകമായ സാഹചര്യത്തിൽ ഗ്രാമ സ്വരാജ് കെട്ടിപ്പടുക്കണമെങ്കിൽ ഗ്രാമങ്ങൾക്ക് അർഹമായ സ്ഥാനം നല്കേണ്ടതുണ്ട്.

ഇന്ത്യ സ്വതന്ത്രയാവണമെങ്കിൽ, ഇന്ത്യ മുഖാന്തിരം ലോകമാസ കലം വൈദേശികാധിപത്യം തൂത്തെറിയണമെങ്കിൽ ഗ്രാമങ്ങളിലേക്ക് മടങ്ങണം. നഗരങ്ങളിലെ കൊട്ടാരങ്ങളിലല്ല, ഗ്രാമങ്ങളിലെ കുടിലുകളി ലാണ് ജനം വസിക്കേണ്ടത്. നഗരവാസികളും കൊട്ടാരങ്ങളിൽ വസി ക്കുന്നവരുമായ ജനങ്ങൾ ഹിംസയിലേക്കും അസത്യങ്ങളിലേക്കും നീങ്ങാനും ഇടയുണ്ട്.

സത്യം, അഹിംസ എന്നിവ പാലിക്കുന്നില്ലെങ്കിൽ മനുഷ്യരാശിക്ക് നാശം സംഭവിക്കും. ഗ്രാമീണ ജീവിതത്തിന്റെ എളിമയിൽ സത്യവും അഹിംസയും നമുക്ക് ദർശിക്കാം. ഗ്രാമീണജീവിതത്തിന്റെ ലാളിത്യം ചർക്കയിൽ ദർശിക്കാം എന്ന് ഗാന്ധിജി വിശ്വസിച്ചിരുന്നു.

തന്റെ ആത്മകഥയായ *സത്യാന്വേഷണപരീക്ഷണ*ത്തിൽ ഗാന്ധിജി

ചർക്കയെ ഇങ്ങനെ വിലയിരുത്തുന്നു.

"എന്റെ മുറിയിൽ ചർക്ക സന്തോഷത്തോടെ മൂളാൻ തുടങ്ങി. എന്റെ ആരോഗ്യം നിലനിർത്തുന്നതിൽ ചർക്കയുടെ സംഗീതത്തിന് വലിയ പങ്കുണ്ടായിരുന്നു. അതിന്റെ സ്വാധീനം കായികമെന്നതിനേക്കാൾ മാനസികമായിരുന്നു."

ഗ്രാമസ്വരാജ്

ഗാന്ധിജിയെ സംബന്ധിച്ചിടത്തോളം ഗ്രാമസ്വരാജ് പൂർണ്ണമായ ഒരു റിപ്പബ്ലിക് ആണ്. അയൽപ്രദേശങ്ങളിൽനിന്നും അടിസ്ഥാന ആവശ്യങ്ങളിൽ സ്വാതന്ത്ര്യവും മറ്റു കാര്യങ്ങളിൽ പരസ്പരാശ്രിതത്വവും ഗ്രാമസ്വരാജിന് ഒരു ആവശ്യകതയാണ്.

ഓരോ ഗ്രാമത്തിന്റെയും ആദ്യ കടമ ആവശ്യമായ ഭക്ഷ്യസാധനങ്ങളും തുണിനിർമ്മാണത്തിനുള്ള പരുത്തി ഉല്പാദിപ്പിക്കുകയും ആണ്. കന്നുകാലികളെ വളർത്തുന്നതിനുള്ള പുൽമേടുകളും ഗ്രാമവാസികളായ മുതിർന്നവർക്കും കുട്ടികൾക്കും ആവശ്യമായ കളിസ്ഥലങ്ങളും ഉണ്ടായിരിക്കണം. പിന്നീട് കൂടുതൽ ഭൂമി ലഭ്യമാണെങ്കിൽ നാണ്യവിളകളും ഉല്പാദിപ്പിക്കാം. പുകയില, കഞ്ചാവ്, അവീൻ തുടങ്ങിയ ലഹരിവസ്തുക്കൾ ഒഴിവാക്കേണ്ടതുമാണ്.

ഓരോ ഗ്രാമവും ഒരു സ്കൂൾ, പൊതുസമ്മേളനത്തിനുള്ള ഹാൾ, തിയേറ്റർ എന്നിവ നിർമ്മിച്ച് സംരക്ഷിക്കണം.

ശുദ്ധജല ലഭ്യത ഉറപ്പുവരുത്താൻ ജലവിതരണസമ്പ്രദായവും ആരംഭിക്കണം. ജലവിതരണത്തിന് കിണറുകളും കുളങ്ങളും നിർമ്മിച്ച് സംരക്ഷിക്കണം.

അടിസ്ഥാനവിദ്യാഭ്യാസം നിർബ്ബന്ധമാണ്. (Final Basic course) എല്ലാ സംരംഭങ്ങളും കഴിയുന്നതും സഹകരണമേഖലയിൽ ആകണം. ഗ്രാമസ്വരാജിൽ വിവിധരൂപത്തിലുള്ള തൊട്ടുകൂടായ്മ(Untouchability) ഒരു പഴങ്കഥയാണ്.

ഗ്രാമീണ സമൂഹം അഹിംസ, സത്യം, സത്യഗ്രഹം, നിസ്സഹകരണം എന്നിവ പാലിക്കുകയും വേണം. സത്യഗ്രഹവും നിസ്സഹകരണവും ആവശ്യാനുസരണം ഉപയോഗിക്കാവുന്ന ടെക്നിക്കുകളാണ്.

വില്ലേജ് ഗാർഡ് ഡ്യൂട്ടി നിർബ്ബന്ധവും, ഗ്രാമത്തിൽ തയ്യാറാക്കുന്ന രജിസ്റ്ററിൽ ഉൾപ്പെട്ടവർ മാറി മാറി നിർവ്വഹിക്കേണ്ടതുമാണ്. ഗ്രാമങ്ങളിൽ പ്രചാരണങ്ങൾക്കുശേഷം വിളിച്ചു ചേർക്കുന്ന പൊതുയോഗത്തിൽ വെച്ച് പ്രായപൂർത്തിയായ സ്ത്രീപുരുഷന്മാർ തെരഞ്ഞെടുക്കുന്ന അഞ്ചു പേർ ചേർന്ന പഞ്ചായത്തിനായിരിക്കും ഗ്രാമത്തിന്റെ ഭരണച്ചുമതല. ഇവർക്ക് ആവശ്യമായ ചുരുങ്ങിയ യോഗ്യതകൾ വ്യവസ്ഥ ചെയ്യേണ്ടതും ഓരോ വർഷവും തിരഞ്ഞെടുപ്പ് നടത്തേണ്ടതുമാണ്. അധികാരനിർവ്വഹണത്തിനുള്ള അധികാരം അവർക്കുണ്ടാകും. അംഗീകൃത രീതിയിലുള്ള ശിക്ഷ നല്കുവാനുള്ള അധികാരം ഗ്രാമപഞ്ചായത്തുകൾക്ക് ഇല്ല. എങ്കിലും പഞ്ചായത്തുകൾ ലെജിസ്ലേറ്റീവ്, സോഷ്യൽ, എക്സിക്യൂട്ടീവ് അധികാരങ്ങൾ നിർവ്വഹിച്ചുപോരുന്നതാണ്.

ഏത് ഗ്രാമത്തിനും ഇത്തരത്തിലുള്ള ഒരു റിപ്പബ്ലിക്കായി മാറാം, ഗവൺമെന്റിൽനിന്നും കൂടുതൽ ഇടപെടലുകൾ ഇല്ലാതെതന്നെ, വില്ലേജിൽനിന്നും പിരിക്കുന്ന നികുതിയിലാണ് ഗവൺമെന്റിന് താല്പര്യം.

വില്ലേജ് ഗവൺമെന്റിന്റെ പൊതുവായ രൂപം മാത്രമാണ് ഗാന്ധിജി രേഖപ്പെടുത്തിയിരുന്നത്. മറ്റ് ഗ്രാമങ്ങളുമായും കേന്ദ്രവുമായുള്ള ബന്ധങ്ങളെക്കുറിച്ചും ഗാന്ധിജി നിശ്ശബ്ദത പാലിക്കുന്നു.

ഗ്രാമസ്വരാജിൽ പൂർണ്ണമായ വ്യക്തിസ്വാതന്ത്ര്യം വിഭാവനം ചെയ്തതിനാൽ പരിപൂർണ്ണ ജനാധിപത്യം ഗ്രാമങ്ങളിൽ പ്രകടമാകുമെന്ന് ഗാന്ധിജി പ്രത്യാശ പ്രകടിപ്പിക്കുന്നു.

തന്റെ സ്വന്തം ഗവൺമെന്റിന്റെ ശില്പി വ്യക്തി തന്നെയാണ്, അഹിംസാതത്ത്വം വ്യക്തിയെയും ഗവൺമെന്റിനെയും നിയന്ത്രിക്കുന്നു. സ്വതന്ത്രനായ വ്യക്തിയും ഗ്രാമവും ഒന്നിച്ചു നിന്നാൽ ലോകത്തെ തന്നെ വെല്ലുവിളിക്കാം.

ഗ്രാമസ്വരാജിൽ പാലിക്കപ്പെടുന്ന തത്ത്വം ഓരോ ഗ്രാമീണനും ഗ്രാമത്തിന്റെയും തന്റെയും അഭിമാനസംരക്ഷണത്തിന് വേണ്ടിവന്നാൽ ജീവൻ ത്യജിക്കാനും തയ്യാറാണ്.

ഗ്രാമസ്വരാജ് എന്ന സ്വപ്നസാക്ഷാൽക്കാരത്തിന് അസംഭാവ്യമായ ഒന്നുമില്ല, ചിലപ്പോൾ കുറെകാലമെടുത്തേക്കാം എന്നുമാത്രം. ഏതു ജോലിയും മഹത്ത്വപൂർണ്ണമെന്നുകരുതി ഏതു വ്യക്തിയും ചെയ്യാൻ തയ്യാറാകണം. ഗ്രാമങ്ങളിലെ ശുചീകരണ തൊഴിലാളിയായും നൂൽ നൂല്പുകാരനായും, ആരോഗ്യപരിപാലകനായും സ്കൂൾമാസ്റ്ററായും ഒരേ സമയത്ത് പ്രവർത്തിക്കാൻ കഴിയണം.

മാതൃകാഗ്രാമം

ശുചീകരണം മാതൃകാഗ്രാമത്തിന്റെ ഒരു അനിവാര്യഘടകമാണ്. കുടിലുകളിൽ ആവശ്യമായ വെളിച്ചം കടക്കുന്നതും വെന്റിലേഷൻ സൗകര്യം ഉണ്ടാവുകയും വേണം. കുടിലുകൾ വെക്കുന്നതിന്റെ അഞ്ച് മൈൽ ചുറ്റളവിൽനിന്നും ശേഖരിച്ച വസ്തുക്കൾ ഉപയോഗിച്ചാവണം കുടിൽ നിർമ്മാണം.

കുടിൽ മുറ്റത്ത് സ്വന്തമാവശ്യത്തിനുള്ള പച്ചക്കറികൾ കൃഷിചെയ്യാനുള്ള സ്ഥലവും കന്നുകാലികൾക്കായുള്ള ആലയും വേണം. ഗ്രാമവീഥികളിലും ഇടവഴികളിലും കഴിയുന്നത്ര പൊടിപടലങ്ങൾ അടിഞ്ഞുകൂടാതെ സൂക്ഷിക്കണം.

ഗ്രാമീണരുടെ ആവശ്യത്തിന് ജലം ലഭ്യമാക്കാൻ കിണറുകൾ നിർമ്മിച്ച് ഇവയെല്ലാവർക്കും ഉപയോഗിക്കുവാനും കഴിയണം. എല്ലാവർക്കും ആവശ്യമായ ആരാധനാലയങ്ങളും, ജനങ്ങൾക്ക് ഒത്തുകൂടാൻ സൗകര്യമുള്ള പൊതുഇടവും ഉണ്ടാകണം.

ഗ്രാമത്തിലെ കന്നുകാലികൾക്ക് മേയാനുള്ള പൊതുസ്ഥലം നിർബ്ബന്ധമായും വേണം.

പാലുല്പന്നങ്ങൾ വില്പനയ്ക്കുള്ള ഡയറി, പ്രൈമറി, സെക്കന്ററി സ്കൂളുകൾ എന്നിവയും മാതൃകാഗ്രാമത്തിൽ ഉണ്ടാകേണ്ടതുണ്ട്. ഇവിടങ്ങളിൽ തൊഴിൽ വിദ്യാഭ്യാസം (Industrial education) നല്കുന്നതിന്

പ്രാധാന്യം നല്കണം.

ഗ്രാമീണരുടെ തർക്കങ്ങൾ പരിഹരിക്കുന്ന ജോലി പഞ്ചായത്തുകളുടേതാണ്.

ഓരോ ഗ്രാമവും അവർക്കാവശ്യമുള്ള ധാന്യം, ഫലവർഗ്ഗങ്ങൾ, ഇലക്കറികൾ, ഖാദി എന്നിവയും ഉല്പാദിക്കണം.

“ഇത്രയും കാര്യങ്ങൾ സുമാർ ഒരു മാതൃകാഗ്രാമത്തിന് ആവശ്യമാണ്” എന്ന് ഗാന്ധിജി പറയുന്നു.

ഗ്രാമീണർക്ക് ബുദ്ധിപൂർവ്വമായ നേതൃത്വം നല്കുവാൻ കഴിവുള്ളവരുണ്ടെങ്കിൽ ഗ്രാമത്തിന്റെ വരുമാനം വർദ്ധിപ്പിക്കാം, വ്യക്തിഗത വരുമാനവും.

ഒരിക്കലും തീർന്നുപോകാത്തത്ര വിഭവങ്ങൾ നമ്മുടെ ഗ്രാമങ്ങളിലുണ്ട്, വ്യാവസായികാവശ്യങ്ങൾക്കല്ലാതെ പ്രാദേശിക ആവശ്യങ്ങൾക്ക് അവ മതിയാകും.

ഹരിജൻ മാസികയിൽ 9.1.1937 ന് ഗാന്ധിജി ഇങ്ങനെ വിലപിക്കുന്നു.

ഏറ്റവും വലിയ ട്രാജഡി ഗ്രാമീണരുടെ നില മെച്ചപ്പെടുത്താനുള്ള അവരുടെതന്നെ വിസമ്മതമാണ്.

ഗ്രാമത്തിലെ പ്രഥമ പരിഗണന അർഹിക്കുന്ന വിഷയം ഗ്രാമശുചീകരണമാണ്. ഏറ്റവും അവഗണിക്കപ്പെട്ട ഈ വിഷയം മനുഷ്യരുടെ ആരോഗ്യത്തെ നശിപ്പിച്ച് രോഗങ്ങളെ വളർത്തുന്നു. ഗ്രാമത്തിലെ സന്നദ്ധ സേനാവളണ്ടിയർ ഭാംഗി(തോട്ടി) കളുടെ ജോലി ഏറ്റെടുത്ത് നടത്തുമ്പോൾ മലം നീക്കം ചെയ്യുകയും അത് പിന്നീട് വളമായി മാറ്റുകയും ഗ്രാമവീഥികൾ ചൂലെടുത്ത് അടിച്ച് വൃത്തിയാക്കുകയും വേണം.

സന്നദ്ധപ്രവർത്തകൻ ശുചീകരണപ്രവൃത്തികൾ സ്വയംചെയ്യുന്നതോടൊപ്പം സഹഗ്രാമീണരെ അതിന്റെ പ്രാധാന്യവും ആരോഗ്യ സംരക്ഷണവും ശുചീകരണവും പരസ്പരം ബന്ധപ്പെട്ടുകിടക്കുന്ന കാര്യങ്ങളും പറഞ്ഞുമനസ്സിലാക്കണം. ഗ്രാമീണർ ശ്രദ്ധിച്ചാലും ഇല്ലെങ്കിലും സന്നദ്ധപ്രവർത്തകൻ തന്റെ പ്രവർത്തനങ്ങൾ തുടർന്നുകൊണ്ടേയിരിക്കണം.

ഏതു ജോലിയും ചെയ്യുന്നതിന് അന്തസ്സ് തടസ്സമല്ലെന്ന ഗാന്ധിജിയുടെ വിശ്വാസമാണ് മേൽ പ്രസ്താവനയിൽ നിഴലിച്ച് കാണുന്നത്.

തന്റെ സ്വപ്നഗ്രാമത്തിൽ വസിക്കുന്നവർ ബുദ്ധിപരമായ ഔന്നത്യം നേടിയവരും ആരോഗ്യകരമായ പരിസ്ഥിതി ആഗ്രഹിക്കുന്നവരുമായിരിക്കും. അന്ധകാരത്തിലും അഴുക്കിലും മൃഗങ്ങളെപ്പോലെ കഴിയാനവർക്ക് കഴിയില്ല.

സ്വാതന്ത്ര്യവ്യക്തിത്വമുള്ള ഗ്രാമസ്വരാജിലെ വ്യക്തികൾ സ്വന്തം അഭിപ്രായസ്വാതന്ത്ര്യം ഉയർത്തി ലോകത്തിൽ ആരോടും കിടപിടിക്കുന്നതിന് പ്രാപ്തരുമായിരിക്കും.

പ്ലേഗ്, കോളറ, വസൂരി തുടങ്ങിയ രോഗങ്ങൾ ഈ ഗ്രാമങ്ങളിൽ ഉണ്ടാവില്ല, അലസരായി ഇരിക്കുന്നവരോ, ആഡംബരപ്രിയരായവരോ ഇവിടെ കാണില്ല.

സ്വന്തം വിയർപ്പുകൊണ്ട് അപ്പം സമ്പാദിക്കുന്നവരാണ് എല്ലാവരും. അദ്ധ്വാനത്തിന്റെ മഹത്ത്വം മനസ്സിലാക്കുന്നവരും.

ഗ്രാമസ്വരാജ് - അടിസ്ഥാന തത്ത്വങ്ങൾ

(i) വ്യക്തി പരമ പ്രധാനം

വ്യക്തിയാണ് ഗാന്ധിയൻ സ്വരാജിന്റെ കേന്ദ്രബിന്ദു. മനുഷ്യന്റെ പൂർണ്ണമാനസികവും ധാർമ്മികവുമായ വളർച്ചയുടെ അടിസ്ഥാനത്തിൽ മനുഷ്യന്റെ സന്തുഷ്ടി ഉറപ്പാക്കലാണ് പദ്ധതിയുടെ ലക്ഷ്യം. ധാർമ്മികം എന്ന പദം ആത്മീയം എന്ന അർത്ഥത്തിലും ഉപയോഗിക്കുന്നുവെന്ന് ഗാന്ധിജി പ്രസ്താവിക്കുന്നു.

അധികാരവികേന്ദ്രീകരണമാണ് ഗ്രാമസ്വരാജ് വഴി വിഭാവനം ചെയ്യുന്നത്. അധികാരകേന്ദ്രീകരണം അക്രമരഹിതമായ ഒരു സമൂഹത്തിൽ അരോചകമാകും.

ഗാന്ധിജിയെ സംബന്ധിച്ചിടത്തോളം സാമ്പത്തിക സംവിധാനത്തിൽ ഒരാളും ഭക്ഷണവും വസ്ത്രവും ലഭിക്കാതെ കഷ്ടപ്പെടരുത്. ഭക്ഷണ സമ്പാദനത്തിന് ആവശ്യമായ ജോലി കണ്ടെത്താൻ എല്ലാവർക്കും കഴിയണം. ഗ്രാമീണജനതയുടെ അധികാരപരിധിയിൽ പ്രാഥമിക ആവശ്യങ്ങളുടെ നിർവ്വഹണത്തിനുള്ള ഉപാധികൾ ഉണ്ടാകണം.

വായുവും വെള്ളവും ലഭിക്കുന്നതുപോലെ തന്നെയാണ് പ്രാഥമിക ജീവിതാവശ്യങ്ങളുടെ ലഭ്യതയും ഉണ്ടാകേണ്ടത്. ഇതിന്റെ പേരിൽ ആരും ചൂഷണത്തിന് ഇരയാകരുത്.

പ്രാഥമിക ജീവിതാവശ്യങ്ങളുടെ വിതരണ കുത്തകാവകാശം ഏതെങ്കിലും രാഷ്ട്രത്തിനോ, വ്യക്തികളുടെ കൈവശമോ ആയിത്തീരുകയാണെങ്കിൽ അത് അധാർമ്മികം ആകുന്നു. ലളിതമായ ഈ അടിസ്ഥാനതത്ത്വത്തിന്റെ ഉപേക്ഷയാണ് ഇന്ന് ഇന്ത്യയിലും ലോകത്തിന്റെ മറ്റു ഭാഗങ്ങളിലും കണ്ടുവരുന്നത്.

ധാർമ്മികമൂല്യങ്ങൾ നിരാകരിക്കുന്ന സാമ്പത്തികശാസ്ത്രം

അസത്യമാണ്. ഭൂമുഖത്ത് ജനിച്ചു വീഴുന്ന എല്ലാ മനുഷ്യജീവികൾക്കും ജീവിക്കാൻ അവകാശമുണ്ട്.

ജോലിയോ ഭക്ഷണമോ ലഭിക്കാത്ത ഒരാൾ നമ്മോടൊപ്പം കഴിയുന്നു എന്ന വസ്തുത ഇത് രണ്ടുമുള്ള നമ്മെ നാണിപ്പിക്കേണ്ടതാണ്.

പക്ഷിമൃഗാദികൾക്കു ലഭിക്കുന്നതുപോലെ ജീവിതാവശ്യങ്ങളിൽ മനുഷ്യർക്കും ലഭിക്കേണ്ടതാണ്.

നമുക്ക് അവകാശങ്ങൾ ഉള്ളതുപോലെ കടമകളും ഉണ്ടെന്നുള്ളത് വിസ്മരിക്കരുത്.

(ii) കായികാദ്ധ്വാനം

വിയർപ്പുകൊണ്ട് ഭക്ഷണം നേടാത്തവന് അത് കഴിക്കാൻ അവകാശമുണ്ടോ?

ഗാന്ധിജി നിരന്തരം ഉയർത്തുന്ന ചോദ്യമാണിത്.

നെറ്റിയിലെ വിയർപ്പുകൊണ്ട് അപ്പം നേടുക എന്ന ചൊല്ല് ബൈബിളിൽ കാണാം. ത്യാഗങ്ങൾ പലവിധത്തിലുണ്ട്. അതിലൊന്ന് അദ്ധ്വാനിച്ച് അപ്പം നേടുക എന്നതാണ്. എല്ലാവരും വെറും അപ്പം നേടുന്നതിന് മാത്രം അദ്ധ്വാനിക്കുകയാണെങ്കിൽ എല്ലാവർക്കും വേണ്ടത്ര ഭക്ഷണവും വേണ്ടത്ര ഒഴിവു സമയവും ഉണ്ടാകും.

രോഗപീഡകളോ, ജനസംഖ്യാ പെരുപ്പമോ അവിടെ ഉണ്ടാകുന്നില്ല. അദ്ധ്വാനസ്നേഹം പൊതുവായ സമൂഹനന്മയെ കരുതിയുള്ളതാണ്. അവിടെ ധനികനോ ദരിദ്രനോ, ഉയർന്നവനോ താഴ്ന്നവനോ, തൊട്ടുകൂടാത്തവരോ, ശ്രേഷ്ഠത ഭാവിക്കുന്നവരോ ഇല്ല.

വിശപ്പ് മാറ്റാൻ ആയിരങ്ങൾക്ക് ആരും ഭക്ഷണം നല്കുന്നില്ല. അവർ അത് സമ്പാദിക്കുകയാണ്.

ഗ്രാമസ്വരാജിലേക്കുള്ള മടക്കം സൂചിപ്പിക്കുന്നത് അപ്പത്തിനുവേണ്ടിയുള്ള അദ്ധ്വാനവും അതു നല്കുന്ന സ്ഥിതിവിശേഷങ്ങളുമാണ്.

ബൗദ്ധികമായ അദ്ധ്വാനത്തിന്റെ പ്രാധാന്യം ഗാന്ധിജി അംഗീകരിക്കുന്നുണ്ടെങ്കിലും കായിക അദ്ധ്വാനത്തിൽനിന്നും ആരും ഒളിച്ചോടരുതെന്ന് പ്രത്യേകം ഓർമ്മിപ്പിക്കുന്നു.

മനുഷ്യനെ ദൈവം സൃഷ്ടിച്ചതുതന്നെ സ്വന്തം ഭക്ഷണം അദ്ധ്വാനിച്ച് സമ്പാദിക്കാനെന്നും അതില്ലാതെ ഭക്ഷിക്കുന്നവർ കള്ളന്മാരാണെന്നും ഗാന്ധിജി പ്രസ്താവിച്ചിട്ടുണ്ട്.

(iii) സമത്വം

സാമൂഹ്യസമത്വത്തോടൊപ്പം സാമ്പത്തികസമത്വവും ഗ്രാമസ്വരാജിന്റെ സാമ്പത്തികശാസ്ത്രത്തിൽ പ്രധാനപ്പെട്ടതാണ്. ദരിദ്രരുടെ ചെലവിൽ ധനം സമ്പാദിച്ച് കുബേരന്മാരായി വാഴാൻ ചിലരെ അനുവദിക്കുന്ന സാമ്പത്തികശാസ്ത്രം തെറ്റായ ശാസ്ത്രമാണെന്ന് ഗാന്ധിജി വാദിക്കുന്നു. സാമൂഹ്യനീതി പുലർത്താൻ ഏറ്റവും ദുർബ്ബലനായ വ്യക്തി

യുടെ താല്പര്യം കൂടി സമൂഹം സംരക്ഷിക്കേണ്ടതുണ്ട്. തുല്യമായ വിഭവവിതരണമാണ് ഗാന്ധിജി ആഗ്രഹിക്കുന്നതെങ്കിലും അതിന്റെ പ്രായോഗികവിഷമതകൾ അദ്ദേഹത്തിന് ബോദ്ധ്യപ്പെട്ടതുമാണ്. സാമ്പത്തിക സമത്വമാണ് അഹിംസാത്മക സ്വാതന്ത്ര്യത്തിന് മുഖ്യ ശക്തി. മൂലധനവും അദ്ധ്വാനവും തമ്മിലുള്ള സംഘർഷം ലഘൂകരിക്കുകയോ ഇല്ലാതാക്കുകയോ ചെയ്താൽ മാത്രമേ സാമ്പത്തിക സമത്വം സ്ഥാപിക്കാൻ കഴിയുകയുള്ളൂ.

ഇതിന് ധനം കേന്ദ്രീകരിച്ചിട്ടുള്ള ന്യൂനവിഭാഗമായ ധനികരുടെ സാമ്പത്തികനില താഴ്ത്തിക്കൊണ്ടുവരികയും അർദ്ധപട്ടിണിക്കാരും നാമമാത്രവസ്ത്രധാരികളുമായ ജനലക്ഷങ്ങളുടെ സാമ്പത്തിക നില ഉയർത്തുകയും എന്ന ശ്രമകരമായ പ്രവർത്തിയാണ്.

ധനികരും ദരിദ്രരും തമ്മിലുള്ള വിടവ് നിലനില്ക്കുന്നിടത്തോളം കാലം അഹിംസയിലധിഷ്ഠിതമായ ഒരു ഭരണക്രമം അസാദ്ധ്യമാണ്. ഇന്ത്യ സ്വതന്ത്രയാകുമ്പോൾ, ഈ വൈരുദ്ധ്യം നീണ്ടുനില്ക്കാൻ ഇടയില്ല.

ധനികർ സ്വമേധയാ, അമിതമായി കൈവശം വെച്ചിരിക്കുന്ന ധനം പാവങ്ങളുടെ നന്മയ്ക്കായി വിട്ടുകൊടുക്കുന്നില്ലെങ്കിൽ രക്തരൂഷിതമായ ഒരു വലിയ വിപ്ലവം ഒരുദിവസം സംഭവിച്ചേക്കാം. ഈ അവസ്ഥയ്ക്ക് ഗാന്ധിജി നിർദ്ദേശിച്ച പരിഹാരം ധനവാൻ സ്വയം സമൂഹത്തിന്റെ ട്രസ്റ്റിയായി കരുതി പ്രവർത്തിക്കണം എന്നതാണ്. ട്രസ്റ്റിമാർ സത്യസന്ധമായും ആത്മാർത്ഥമായും പ്രവർത്തിക്കും എന്ന വിശ്വാസം ഗാന്ധിജിക്കുണ്ടായിരുന്നു.

ട്രസ്റ്റിഷിപ്പ് സിദ്ധാന്തം

ഗാന്ധിജിയുടെ ജീവിതകാലത്ത് ഇന്ത്യയിലുണ്ടായിരുന്ന ന്യൂനപക്ഷമായ അമിത ധനവാന്മാരെയും ഭൂരിപക്ഷമായ നിർദ്ധനരെയും ഓർത്തുകൊണ്ടാണ് അദ്ദേഹം ട്രസ്റ്റീഷിപ്പ് സിദ്ധാന്തം ആവിഷ്കരിച്ചത്. ഈ രണ്ട് വിഭാഗങ്ങളും തമ്മിലുണ്ടായേക്കാവുന്ന രക്തച്ചൊരിച്ചിലുകൾക്കും സംഘർഷങ്ങൾക്കും ഒരു പ്രതിവിധി എന്ന നിലയിലാണ് ഈ സിദ്ധാന്തം മുന്നോട്ടുവെച്ചത്.

സിദ്ധാന്തത്തിന്റെ പ്രവർത്തനരീതി ഗാന്ധിജി ഇപ്രകാരം വിവരിക്കുന്നു:

കുടുംബസ്വത്തായോ, വ്യാപാരസംരംഭങ്ങൾ വഴിയോ ഒരാൾക്ക് ധാരാളം സ്വത്തുണ്ടാവുന്നു. അയാൾ ഓർക്കേണ്ടത് ഈ ഭാരിച്ച സ്വത്തിന്റെ മുഴുവൻ അവകാശിയല്ല. മാന്യമായി ഉപജീവനം നടത്താൻ വേണ്ട സമ്പത്തിന് മാത്രമേ അയാൾക്ക് അവകാശമുള്ളൂ. ബാക്കി സമ്പത്ത് സമൂഹത്തിന് അവകാശപ്പെട്ടതാണ്. അതിനാൽ സമൂഹത്തിന്റെ ഗുണത്തിനായി ചെലവഴിക്കേണ്ടതുമാണ്.

വൻകിട ഭൂവുടമകളായ സെമീന്ദാർമാരും നാടുവാഴികളും വമ്പിച്ച

സ്വത്ത് കൈവശം വെച്ചിരിക്കുന്ന പശ്ചാത്തലത്തിൽ രാജ്യത്ത് സോഷ്യലിസ്റ്റ് ആശയങ്ങൾ പ്രചരിക്കുന്ന അവസരത്തിൽ തന്നെയാണ് ഗാന്ധിജി ട്രസ്റ്റിഷിപ്പ് സിദ്ധാന്തവും പ്രഖ്യാപിച്ചത്.

ധനികർ അവരുടെ കൈവശാവകാശ ധാർഷ്ട്യം, സഹജമായ അഹങ്കാരം എന്നിവ ഉപേക്ഷിച്ച് സ്വന്തം അപ്പം സ്വയം വിയർപ്പിനാൽ സമ്പാദിക്കുന്ന ഒരു തൊഴിലാളിയുടെ മാനസികഭാവത്തിലേക്ക് ഇറങ്ങിവരണം.

തൊഴിലാളിയെ സംബന്ധിച്ച് ഉണ്ടാകേണ്ട ധാരണ ഈ ധനികർ അവരുടെ മുഴുവൻ സ്വത്തിന്റെയും അവകാശികളല്ല, തൊഴിലാളികൾ പക്ഷേ, അവരുടെ തൊഴിൽപരമായ ശക്തിയുടെ അധികാരികളുമാണ്.

ഈ സിദ്ധാന്തപ്രകാരം എത്രപേർക്ക് യഥാർത്ഥ ട്രസ്റ്റികളായി തീരാൻ കഴിയുമെന്ന് ഗാന്ധിജി പ്രസ്താവിച്ചില്ല. ഈ സിദ്ധാന്തം സത്യമാണെങ്കിൽ നിരവധി പേർ പിന്താങ്ങുന്നതിനുപകരം ഒരാളെങ്കിലും വക്താവായാൽ മതി.

അഹിംസയിൽ നാം വിശ്വാസമർപ്പിക്കുന്നുവെങ്കിൽ അതിന്റെ വിജയത്തിനായി ജീവിക്കേണ്ടതുണ്ട്. ജയിച്ചാലും തോറ്റാലും അതുപോലെ ട്രസ്റ്റി സിദ്ധാന്തത്തിലും മനസ്സിലാക്കാൻ വിഷമമുള്ള ഒന്നുമില്ല, ഇത് പ്രായോഗികമല്ലെന്ന് നിങ്ങൾ പറഞ്ഞാലും.

നിയമപരമായും ഇതൊരു ദുരൂഹതയാണ്. പക്ഷേ, ജനങ്ങൾക്ക് ഇതിനെക്കുറിച്ച് കൂടുതൽ ചിന്തിക്കാനും സ്നേഹപൂർണ്ണമായ ഒരു തീരുമാനത്തിലെത്തിച്ചേരാനും കഴിയും.

ഭരണകൂടം ക്യാപിറ്റലിസത്തെ അക്രമംമൂലം അടിച്ചമർത്താൻ തുനിഞ്ഞാൻ അത് കൂടുതൽ അക്രമത്തിലേക്ക് നീങ്ങും. മാറ്റം ഉണ്ടാക്കാൻ ഒരു വ്യക്തിയും സ്റ്റേറ്റും ശ്രമിക്കുന്നതിലുള്ള മൗലികവ്യത്യാസം, വ്യക്തിക്ക് ആത്മാവുണ്ട്, സ്റ്റേറ്റിന് അതില്ല എന്നതാണ്. സ്റ്റേറ്റിന്റെ ഇടപെടലുകളിൽനിന്ന് അക്രമത്തെ ഒഴിച്ചുനിർത്താൻ പറ്റില്ല.

വ്യക്തി നന്മയിൽ വിശ്വാസമർപ്പിച്ചുകൊണ്ടാണ് ഗാന്ധിജി ട്രസ്റ്റിമാരാകാൻ ധനികരോട് ആഹ്വാനം ചെയ്തത്.

പക്ഷേ, അവർ അത് ചെയ്യുന്നില്ലെങ്കിൽ നമുക്ക് സ്റ്റേറ്റ് സംവിധാനത്തിൽക്കൂടി ഏറ്റവും കുറഞ്ഞ അക്രമം പ്രയോഗിച്ച് ധനികരുടെ സ്വത്ത് അടർത്തിയെടുക്കാവുന്നതാണ്.

ട്രസ്റ്റിഷിപ്പ് സിദ്ധാന്തം ഒരു താല്ക്കാലിക സംവിധാനമല്ല എല്ലാ സിദ്ധാന്തങ്ങളെയും ഇത് അതിജീവിക്കുമെന്നായിരുന്നു ഗാന്ധിജിയുടെ വിശ്വാസം. തത്ത്വചിന്തയുടെയും മതത്തിന്റെയും പിന്തുണ ഇതിനുണ്ട്.

ധനികർ ഈ സിദ്ധാന്തം അംഗീകരിക്കുന്നില്ലെങ്കിൽ ഇത് സിദ്ധാന്തത്തിന്റെ അസത്യമല്ല മറിച്ച് ധനികരുടെ കഴിവുകേടാണ്. അഹിംസയുമായി ഇത്രമാത്രം യോജിച്ചുപോകുന്ന വേറെ ഒരു സിദ്ധാന്തവുമില്ല. ധനികർക്ക് അവരുടെ തെറ്റ് തിരുത്തുവാൻ ഇതൊരു അവസരമായി എടുക്കാം.

സ്വദേശി

ഗ്രാമസ്വരാജുമായും ഗാന്ധിയൻദർശനങ്ങളുമായി ബന്ധപ്പെട്ടു നില്ക്കുന്ന ഒരു പ്രധാനഘടകമാണ് സ്വദേശീപ്രസ്ഥാനം. വൈദേശിക ഭരണത്തിൽനിന്നും ഇന്ത്യയെ മോചിപ്പിക്കുന്നതിന്, അവരുടെ കഷ്ടപ്പാടുകൾ ലഘൂകരിക്കുന്നതിന് ഒരു ഉത്തമ മാർഗ്ഗമായിട്ടാണ് ഗാന്ധിജി ഇതിനെ കണ്ടത്. ഇതിൽ സാമ്പത്തികവും സാമൂഹികവുമായ വശങ്ങളുണ്ട്.

സാമൂഹ്യമായി സ്വദേശിബോധം അഭിമാനം നല്കുന്ന ഒരു ഘടകമായി മാറുന്നു. സാമ്പത്തികമായി, സ്വദേശിവല്ക്കരണം ഇന്ത്യയിലെ ഓരോ ഗ്രാമത്തേയും സ്വയം പ്രാപ്തിയും സ്വാശ്രയത്വവുമുള്ള യൂണിറ്റുകളായി പുനർനിർമ്മിക്കുകയും സാമ്പത്തിക ഉണർവ്വിന് ഇടയാക്കുകയും ചെയ്യും.

സ്വദേശി എന്ന പദം ഓരോ ഇന്ത്യക്കാരനിലും ഉണ്ടാക്കുന്ന ബോധം (spirit) നമ്മുടെ സ്വന്തം ദേശത്ത് അല്ലെങ്കിൽ ചുറ്റുപാടുകളിൽ ഉള്ള വസ്തുക്കളിൽ താല്പര്യം ജനിപ്പിക്കുക എന്നാണ്.

ഈ തത്ത്വം മനസ്സിലേറ്റിയാൽ നമുക്ക് ആവശ്യമായ ഉല്പന്നങ്ങൾ വസ്തുക്കൾ നല്കാൻ കഴിവുള്ള അയൽക്കാരെ കണ്ടെത്താൻ കഴിയും. ഇക്കാര്യത്തിൽ അയൽപ്രദേശത്തെ ഉല്പാദകർക്ക് ആവശ്യമായ നിർദ്ദേശങ്ങൾ നല്കാനും കഴിയും.

ഓരോ ഗ്രാമവും അവർക്കാവശ്യമായ വസ്തുക്കളുടെ ഉല്പാദനത്തിലും വിതരണത്തിലും ശ്രദ്ധിക്കുക വഴി ഗ്രാമം സ്വയം പര്യാപ്തത നേടുന്നു. പ്രാദേശികമായി അവർക്ക് ഉല്പാദിക്കാൻ കഴിയാത്തവ അന്യ ഗ്രാമങ്ങളിൽനിന്നും കൈമാറ്റം വഴി സ്വായത്തമാക്കാം.

സ്വദേശി സ്പിരിറ്റ് ഉൾക്കൊള്ളാൻ കഴിഞ്ഞവർ അന്യരാജ്യങ്ങളി

ലുല്പാദിപ്പിച്ച വസ്ത്രങ്ങൾ ബഹിഷ്കരിക്കാനും അന്യരാജ്യങ്ങളിൽ നിന്നും ഇറക്കുമതി ചെയ്ത ഭക്ഷണങ്ങൾ ഉപയോഗിക്കാതിരിക്കാനും ശ്രദ്ധാലുക്കളായി.

ദേശീയപ്രസ്ഥാനത്തിന്റെ ആദ്യനാളുകളിൽ, പ്രത്യേകിച്ചും ഗാന്ധിയുടെ രംഗപ്രവേശനത്തിനുശേഷം വിദേശവസ്ത്ര ബഹിഷ്കരണം വിപുലമായ ഒരു കർമ്മപരിപാടിയായി മാറിയത് ഓർക്കുമല്ലോ.

സ്വദേശിയുടെ ഒരു യഥാർത്ഥ അനുയായിക്ക് ഒരു വിദേശിയോട് യാതൊരു വിരോധവും ഉണ്ടാകുന്നില്ല. ഭൂമിയിലെ ആരോടും ശത്രുത ഭാവിക്കാൻ അയാൾക്കാവില്ല. അഹിംസയിലധിഷ്ഠിതമായ, സേവനമനസ്ഥിതി അത് സ്വദേശിയിലുണ്ടാക്കുന്ന സ്നേഹം ഒരുസ്ഥായി ഭാവമായിനിലനില്ക്കും.

മതം, രാഷ്ട്രീയം, സാമ്പത്തികശാസ്ത്രം എന്നീ ശാഖകളും ഗാന്ധിജി സ്വദേശിക്ക് നല്കിയിരുന്നു.

മതത്തിന്റെ കാര്യത്തിൽ ഗാന്ധിജി തന്റെ പ്രാചീനമതത്തിന്റെ ചില ന്യൂനതകൾ പരിഹരിച്ച് വിശ്വാസമർപ്പിക്കുന്ന സ്വദേശി ബോധമാണ് ഉൾക്കൊണ്ടത്.

രാഷ്ട്രീയകാര്യത്തിലെ സ്വദേശിബോധം എന്നതുകൊണ്ട് ഗാന്ധിജി വിശദമാക്കിയത് നമ്മുടെ രാജ്യത്തുണ്ടായ തനതായ തദ്ദേശീയസ്ഥാപനങ്ങളെ അതിന്റെ ദൂഷ്യങ്ങൾ പരിഹരിച്ച് സ്വീകരിക്കുക എന്നതായിരുന്നു.

സാമ്പത്തികശാസ്ത്രമേഖലയിൽ സ്വദേശിബോധം ഗാന്ധിജിക്ക് നമ്മുടെ ചുറ്റുമുള്ള അയൽക്കാർ ഉല്പാദിപ്പിക്കുന്ന ഉല്പന്നങ്ങളോട് താല്പര്യം കാട്ടുകയും അവരുടെ പ്രവർത്തനങ്ങളെ കൂടുതൽ ഫലപ്രദമാക്കുക എന്നുമായിരുന്നു.

ബുദ്ധമത തത്ത്വങ്ങൾ ഉൾക്കൊണ്ട് യാഥാസ്ഥിതിക ഹിന്ദുമതം മാറ്റത്തിനുവിധേയമായത് ഗാന്ധിജി ഉൾക്കൊള്ളുകയും സ്വദേശി സ്പിരിറ്റിൽ ഒരുവനും ഹിന്ദുമതം ഉപേക്ഷിക്കുകയില്ലെന്നും വ്യക്തമാക്കുന്നു. ആവശ്യമായ മതപരിഷ്കരണങ്ങൾ ഹിന്ദുമതത്തിലെന്നപോലെ ക്രൈസ്തവമതത്തിലും ആകാമെന്നും ഗാന്ധിജി ഉദ്ബോധിപ്പിക്കുന്നു.

ഇന്ത്യയിലെ പ്രാചീന വില്ലേജ് റിപ്പബ്ലിക്കുകളെയും ഗാന്ധിജി സ്വദേശി രീതീയിൽ പരിശോധിച്ച് അവ ദീർഘകാലം നിലനിന്ന രഹസ്യവും വിശദമാക്കുന്നു. സ്വയംഭരണ പാരമ്പര്യം ഇന്ത്യയിലെ ഗ്രാമ റിപ്പബ്ലിക്കുകൾക്ക് ഉണ്ടായിരുന്ന കാര്യം ഗാന്ധിജി വിശദമാക്കുന്നുണ്ട്.

ഇന്ത്യയുടെ ദയനീയമായ ദാരിദ്ര്യം, നാം സ്വദേശിയിൽനിന്നും വളരെ അകന്നു പോയതിനാലാണെന്നും ഗാന്ധിജി വാദിക്കുന്നു. വൈദേശിക ഭരണഫലമായുള്ള ഇറക്കുമതികൾ ഇന്ത്യൻ സാമ്പത്തിക വ്യവസ്ഥയെ താറുമാറാക്കി.

സ്വദേശി സ്പിരിറ്റിനെതിരെ ഒരു വിഭാഗം ഉയർത്തിയ ആരോപണം നമ്മൾ ഇത് അനുവർത്തിക്കുന്നത് സ്വാർത്ഥതയും സംസ്കാരത്തിന്റെ

സാന്മാർഗ്ഗിക സീമകൾ ലംഘിക്കുന്ന കാടത്തവും ആണെന്നായിരുന്നു.

ഗാന്ധിജി ഇതിനെ നേരിട്ടത് സ്വന്തം കുടുംബത്തിനും ഗ്രാമത്തിനും വേണ്ടി ഒരു വ്യക്തിയുടെ തികഞ്ഞ വിനയവും സ്നേഹവും പ്രദർശിപ്പിക്കുന്ന കർമ്മപരിപാടിയായി സ്വദേശിയെ കണക്കാക്കിക്കൊണ്ടാണ്,

സ്വയം പര്യാപ്തതയും സഹകരണപ്രസ്ഥാനവും

സത്യവും അഹിംസയും അടിസ്ഥാനമാക്കിയാണ് ഗാന്ധിജി വ്യക്തികളെ സംബന്ധിക്കുന്ന കാര്യങ്ങളെല്ലാം പ്രസ്താവിക്കുന്നത്. നമ്മുടെ ആദ്യകടമ എന്നുള്ളത് നാം സമൂഹത്തിന് ഒരു ഭാരമോ ബാദ്ധ്യതയോ ആകരുത്. അതായത് നാം സ്വയം പര്യാപ്തരാകണം.

സ്വയംപര്യാപ്തത നേടിക്കഴിഞ്ഞാൽ ഒഴിവുസമയം നാം മറ്റുള്ളവർക്കായി സേവനപ്രവർത്തനങ്ങളിൽ ഏർപ്പെടണം. അങ്ങനെ എല്ലാവരും സ്വയംപര്യാപ്തതയുടെ പാതയിൽ എത്തിക്കഴിഞ്ഞാൽ ആരും ഒരു ബുദ്ധിമുട്ടും അനുഭവിക്കേണ്ടിവരില്ല. പക്ഷേ, നാം അത്തരമൊരു അവസ്ഥയിൽ എത്തിച്ചേർന്നിട്ടില്ല, അതിനാൽ സാമൂഹ്യസേവന പ്രവർത്തനങ്ങളെക്കുറിച്ച് നാം ചിന്തിക്കേണ്ടിയിരിക്കുന്നു.

സാമൂഹ്യജീവിയായ മനുഷ്യൻ സ്വയംപര്യാപ്തത നേടിക്കഴിഞ്ഞാലും ചില കാര്യങ്ങളിൽ മറ്റുള്ളവരെ ആശ്രയിക്കേണ്ടിവരും. സമൂഹത്തിന്റെ നിലനില്പിനായി പരാശ്രയം തേടുമ്പോൾ അത് സഹകരണം ആയി മാറുന്നു.

പരസ്പരം സഹകരിച്ച് പ്രവർത്തിക്കുന്നവരിൽ ശക്തരോ ദുർബ്ബലരോ ഇല്ല. എല്ലാവരും പരസ്പരം തുല്യർ. ഒരു സഹകരണ സൊസൈറ്റിയിൽ സംസാരിക്കുമ്പോൾ ഗാന്ധിജി സഹകരണത്തെ ഇപ്രകാരം വിശദീകരിക്കുകയുണ്ടായി.

കൈകൊണ്ട് നൂൽനൂല്ക്കുമ്പോൾ ലോകത്തെ ഏറ്റവും വലിയ സഹകരണ പ്രവർത്തനമാണ് നടത്തുന്നത്. ഇത് തെറ്റായ ഒരു പ്രസ്താവന അല്ല, കൈകൊണ്ട് നൂൽ ഉണ്ടാക്കുമ്പോൾ നമുക്ക് അത് സാധിക്കുന്നത് നിരവധിപേരുടെ സഹകരണം ലഭിക്കുന്നതുകൊണ്ടാണ്, സെൻട്രൽ ഓഫീസിൽ കോട്ടൺ വിത്തുകൾ ശേഖരിക്കുന്നു. പിന്നീട് അത് കൃഷി ചെയ്യുന്നു. നിരവധി പേർ ഈ പ്രവർത്തിയിൽ വ്യാപൃതരാവുന്നു. അത് പരുത്തിയുടെ രൂപത്തിൽ വീണ്ടും സെൻട്രൽ ഓഫീസിൽ എത്തുന്നു. നൂൽ നൂല്പിനായി അത് നിരവധി കൈകളിൽ എത്തുന്നു. അത് തിരികെ നല്കുമ്പോൾ അവർക്ക് അതിനുള്ള വേതനം ലഭിക്കുന്നു. നെയ്ത്തുകാർ അത് വാങ്ങി നെയ്ത്ത്ശാലയിലേക്ക് മടങ്ങി ഖദർ വസ്ത്രങ്ങളായി തിരിച്ചു നല്കുന്നു. സെൻട്രൽ ഓഫീസ് ജാതി, മത, വർണ്ണ വർഗ്ഗഭേദമില്ലാതെ നിരവധി ആളുകളുമായി ബന്ധപ്പെടുന്നു. ഒരു നെയ്ത്ത് കേന്ദ്രം ഒരു സഹകരണസൊസൈറ്റിയുടെ നല്ല ഉദാഹരണമാണ്. എല്ലാവരേയും പൊതുവായി ബന്ധിപ്പിക്കുന്ന പൊതുവായ ഘടകം പരസ്പര സൗഹാർദ്ദവും സേവനവും മാത്രം.

സഹകരണസ്ഥാപനങ്ങളുടെ വിജയരഹസ്യം എന്നു പറയുന്നത് ഇതിലെ അംഗങ്ങൾ മാന്യന്മാരായിരിക്കുകയും സ്ഥാപനത്തിന്റെ വ്യക്തമായ ലക്ഷ്യബോധമുള്ളവരായിരിക്കണമെന്നും ആണ്.

അമിതപലിശ ഈടാക്കി കൂടുതൽ ലാഭം സഹകരണസ്ഥാപനത്തിനുണ്ടാക്കുക എന്നത് തെറ്റായ ലക്ഷ്യത്തിൽപ്പെടുന്നു. കാർഷികാവശ്യങ്ങൾക്കും ഡയറിഫാം നടത്തുന്നതിനുമുള്ള സഹകരണ സ്ഥാപനങ്ങൾ ദേശീയതാല്പര്യം സംരക്ഷിക്കാനുതകുന്നവയുമാണ്. ഇത്തരം നിരവധി സ്ഥാപനങ്ങളുണ്ടാക്കാം. സഹകരണ സ്ഥാപനങ്ങളുടെ മാനേജ്മെന്റ് സത്യസന്ധമല്ലെങ്കിൽ സ്ഥാപനങ്ങൾ തകരും, ഒരിക്കലും ലക്ഷ്യം കൈവരിക്കില്ല. (*ഹരിജൻ* 6.10.1946)

ഗാന്ധിജിയുടെ മേലുദ്ധരിച്ച പ്രസ്താവനയ്ക്ക് ഇന്ന് നിരവധി ഉദാഹരണങ്ങൾ എടുത്ത് പറയാൻ കഴിയും. സഹകരണമേഖല അഭിമുഖീകരിക്കുന്ന വലിയ പ്രശ്നങ്ങളിലൊന്നാണ് മാനേജ്മെന്റിന്റെ സത്യസന്ധതയില്ലായ്മ.

ഗ്രാമങ്ങളുടെ സ്വയംപര്യാപ്തതയെ സംബന്ധിച്ചും ഗാന്ധിജിയുടെ അഭിപ്രായങ്ങൾ സുവിദിതമാണ്. ഭക്ഷണം, വസ്ത്രം, മറ്റ് അടിസ്ഥാന സൗകര്യങ്ങളുടെ കാര്യത്തിൽ ഗ്രാമങ്ങൾ സ്വയം പര്യാപ്തമാകണം. പക്ഷേ, ഈ ആശയം ഇടുങ്ങിയ അർത്ഥത്തിൽ കാണരുതെന്നും ഗാന്ധിജി നിഷ്കർഷിക്കുന്നു. നമുക്കുവേണ്ടതെല്ലാം നാം തന്നെ ഉണ്ടാക്കി വെക്കുകയാണെങ്കിൽ മറ്റ് ഗ്രാമങ്ങളുമായി സഹവർത്തിത്വം ഇല്ലാതെ പോകരുതെന്ന കാര്യത്തിൽ ഗാന്ധിജി പ്രത്യേകം സൂചനകൾ നല്കുന്നു.

പരസ്പരം ബന്ധമില്ലാത്ത, ഉല്പന്നങ്ങൾ കൈമാറ്റം ചെയ്യാത്ത, വെള്ളം കടക്കാത്ത അറകളായി ഗ്രാമങ്ങൾ മാറരുതെന്ന് സാരം.

ആദർശപരമായി ഓരോ കുടുംബവും അവർക്കുവേണ്ട ഭക്ഷ്യവസ്തുക്കളും, പരുത്തിയും ഉല്പാദിപ്പിച്ച് തുണി നെയ്ത് ഉപയോഗിക്കുന്ന രീതി അദ്ദേഹത്തിന് അഭികാമ്യമായി തോന്നിയിരുന്നു.

ഇന്ത്യപോലുള്ള വിശാലമായ ഒരു രാജ്യത്ത് ആവശ്യത്തിന് വെള്ളവും ഉഴവുകാരുമുള്ളതുകൊണ്ട് എല്ലാവരും കൃഷിചെയ്ത് ഭക്ഷ്യവസ്തുക്കളിൽ സ്വയം പര്യാപ്തരാവാൻ ആവശ്യമായ വിദ്യാഭ്യാസം നല്കേണ്ടതുണ്ട്.

പരുത്തികൃഷിയുടെ കാര്യത്തിലും ഇതുതന്നെയാണ് വേണ്ടത്. പരുത്തി ഉല്പാദിപ്പിച്ച് സ്വയം വസ്ത്രം നിർമ്മിച്ച് ധരിക്കണം. ഇത്തരം കാര്യങ്ങൾ സ്വയം ചെയ്യുന്നത് ജനങ്ങളുടെ കാഴ്ചപ്പാട്തന്നെ മാറ്റിമറിക്കും.

സ്വയംപര്യാപ്തത എന്നത് വലിയ അർത്ഥം ധ്വനിപ്പിക്കുന്ന ഒരു വാക്കാണ്. ആന്തരിക കലഹങ്ങളോ രോഗങ്ങളോ തടയുന്നതിലും കള്ളന്മാരും കൊള്ളക്കാരും ഗ്രാമവാസികളെ ഭീഷണിപ്പെടുത്തുന്നത് തടയുന്നതിലും സ്വയംപര്യാപ്തത നേടിയില്ലെങ്കിൽ ഗ്രാമങ്ങൾ നാമാവശേഷ

മാകും.

കൃഷി, കന്നുകാലിവളർത്തൽ, പരുത്തിഉല്പാദനവും നൂൽ നൂല്പും, ശ്രദ്ധിക്കുന്നതുപോലെതന്നെ ഗ്രാമവാസികൾ അവർ തമ്മിലുണ്ടാകുന്ന തർക്കങ്ങൾക്കും കലഹങ്ങൾക്കും മദ്ധ്യസ്ഥം വഹിക്കാൻ കഴിയുന്ന വിവേകശാലികളെയും ഗ്രാമത്തിൽത്തന്നെ തിരയുന്നതിലും സ്വയം പര്യാപ്തത നേടണം.

ഗ്രാമശുചീകരണം, രോഗപ്രതിരോധം എന്നിവയിലും കൂട്ടായ പ്രവർത്തനം ആണ് അഭികാമ്യം. ഒരു വ്യക്തിമാത്രം ഈ ലക്ഷ്യങ്ങൾക്കായി പ്രവർത്തിച്ചതുകൊണ്ട് കാര്യമില്ല. മൊത്തം ഗ്രാമീണരുടെ സംഘടിത ശ്രമങ്ങൾ ആവശ്യമാണെന്ന് ഗ്രാമീണരെ ബോദ്ധ്യപ്പെടുത്തണം. പുറത്തുനിന്നുള്ള കൊള്ളക്കാരെ തുരത്താൻ ഈ കൂട്ടായ്മ ഉപകരിക്കും. ഈ കൂട്ടായ്മയിലും അഹിംസ പരമപ്രധാനമാണ്.

നമ്മുടെ തൊട്ടടുത്ത അയൽക്കാരനുമായി ബന്ധപ്പെട്ടുകൊണ്ട് നമുക്ക് ഈ പ്രവർത്തനങ്ങൾ ആരംഭിക്കാം. നമ്മുടെ സ്വന്തം മുറ്റം വൃത്തിയാക്കിയതുകൊണ്ട് കാര്യമില്ല, അയൽക്കാരന്റെ അങ്കണവും വൃത്തിയായി ഇരിക്കണം. നമ്മുടെ വീടും കുടുംബവും നാം ശ്രദ്ധിക്കണമെങ്കിലും നമ്മുടെ ഗ്രാമത്തെ മറന്നുകൊണ്ടാകരുത്. ഗ്രാമത്തിന്റെ മൊത്തം ഐശ്വര്യം നമ്മുടേത് കൂടിയാണ്.

ഗ്രാമീണരുടെ പരിമിതികളിലൊന്ന് ലോകത്തെക്കുറിച്ച് അവർക്ക് ചിന്തിക്കുവാൻ കഴിയുന്നില്ല എന്നതാണ്. തുടക്കമെന്ന നിലയിൽ തൊട്ടടുത്ത അയൽവാസിയുടെ മുറ്റത്ത് മാലിന്യം നിക്ഷേപിക്കുന്നതിൽനിന്നും നാം പിന്മാറേണ്ടതാണ്.

ഗ്രാമപുനർനിർമ്മാണ പ്രക്രിയയിൽ എല്ലാവരും ഭാഗഭാക്കാവുമ്പോൾ സ്വയം പര്യാപ്തത എന്നത് ഒരു വ്യക്തിയുടേതിൽനിന്നും ഗ്രാമത്തിന്റേതായി മാറും.

കൃഷി, പരുത്തി, ഉല്പാദനം എന്നിവയെല്ലാം സഹകരണമേഖലയിൽ ആകുന്നത് ഭൂമിയുടെ തുണ്ടുവല്ക്കരണം(Fragmentation) തടയും എന്നതിനാൽ ഗാന്ധിജി ശുപാർശചെയ്യുകയുണ്ടായി.

പഞ്ചായത്ത് രാജ്

സ്വാതന്ത്ര്യപൂർവ്വ ഇന്ത്യയിലെ പഞ്ചായത്ത്

ഭരണഘടനാഭേദഗതിയോടെ പഞ്ചായത്ത്‌രാജ് നടപ്പാക്കിയ രാജ്യമാണ് ഇന്ത്യ. കേരളംപോലുള്ള സംസ്ഥാനങ്ങളിൽ പഞ്ചായത്തുകൾ മാതൃകാപരമായി പ്രവർത്തിക്കുന്നുണ്ട്. ഗാന്ധിയൻ ദർശനത്തിന്റെ സ്വാധീനം നേരിട്ടും വ്യാപകമായും കാണാവുന്നതാണ് ഇന്നത്തെ പഞ്ചായത്ത് രാജ് ആക്ടിൽ. വ്യക്തിയുടെ സർവ്വവിധേനയുമുള്ള ഉന്നമനമാണ് ഗാന്ധിയൻ ചിന്തയുടെ ആത്യന്തികലക്ഷ്യമെന്നതിനാൽ പഞ്ചായത്തുകളെക്കുറിച്ച് ഗാന്ധിജിയുടെ നിരീക്ഷണങ്ങൾ പരിശോധിച്ച് നോക്കേണ്ടതുണ്ട്.

പഞ്ചായത്തുകൾ പ്രാചീന ഇന്ത്യയുടെ ഒരു ഭാഗം തന്നയായിരുന്നു. ഗ്രാമീണർ തെരഞ്ഞെടുക്കുന്ന അഞ്ചുപേരുടെ അസംബ്ലിയേയാണ് പഞ്ചായത്തുകൾ എന്നറിയപ്പെട്ടിരുന്നത്.

ബ്രിട്ടീഷാധിപത്യം സ്ഥാപിതമാകുന്നതിന് മുമ്പ് നിരവധി വില്ലേജ് റിപ്പബ്ലിക്കുകളായി പഞ്ചായത്തുകൾ നിലവിലുണ്ടായിരുന്നു. പ്രാചീന ഇന്ത്യ സന്ദർശിച്ച നിരവധി സഞ്ചാരികൾ ഇന്ത്യൻ ഗ്രാമങ്ങളുടെ സുരക്ഷിതത്വത്തെക്കുറിച്ച് പ്രസ്താവിച്ചിട്ടുണ്ട്. കള്ളന്മാരില്ലാത്തതിനാൽ പൂട്ടുകൾപോലും ആളുകൾക്ക് ഉപയോഗിക്കേണ്ടിവന്നിട്ടില്ലാത്ത കാലം. ജനങ്ങൾ അദ്ധ്വാനികളും മാന്യതയുള്ളവരുമായിരുന്നു.

ഗാന്ധിജിയുടെ അഭിപ്രായത്തിൽ ഗ്രാമശുചീകരണം ആരോഗ്യപാലനം, തർക്ക പരിഹാരം, കൃഷി, കന്നുകാലിവളർത്തൽ, കുടിൽ വ്യവസായങ്ങൾ എന്നിവയുടെ മേൽനോട്ടം പഞ്ചായത്തുകൾ വഹിച്ചിരുന്നു.

പഞ്ചായത്തുകൾ ചിലയിടങ്ങളിൽ ഗ്രാമകോടതികളായും പ്രവർത്തിച്ചിരുന്നു.

ബ്രിട്ടീഷ് ഭരണകാലത്ത് റവന്യു വരുമാനം വർദ്ധിപ്പിക്കാനുള്ള നട

പടികളിൽ അവർ അത്യുത്സാഹം കാണിച്ചത് ഗ്രാമപഞ്ചായത്തുകളുടെ പ്രവർത്തനത്തിൽ വിഘാതങ്ങൾ സൃഷ്ടിച്ചിരുന്നു.

സ്വതന്ത്ര ഇന്ത്യയിലെ പഞ്ചായത്തുകളുടെ സ്വഭാവം

ഗാന്ധിയൻ വ്യവസ്ഥിതിയിൽ ഗ്രാമപഞ്ചായത്തുകൾക്ക് വലിയ പങ്ക് വഹിക്കാനുണ്ടെന്ന് ഗാന്ധിജി വിശ്വസിച്ചിരുന്നു. അതിനാൽ സ്വാതന്ത്ര്യ പ്രാപ്തിക്കുശേഷം പഞ്ചായത്തുകൾ എങ്ങനെ പ്രവർത്തിക്കണമെന്ന ഒരു രൂപരേഖയും ഗാന്ധിജി *യങ് ഇന്ത്യ*യിലും ഹരിജനിലും ഇക്കാലത്ത് എഴുതിയ ലേഖനങ്ങളിൽ വ്യക്തമാക്കി.

സ്വതന്ത്ര ഇന്ത്യയിൽ ഭരണാധികാരികൾ ജനകീയ അഭിലാഷത്തിനനുസരിച്ച് പ്രവർത്തിക്കേണ്ടതും, ജനങ്ങളുടെ ദാസനാണെന്ന ഭാവത്തിൽ, അവരുടെ ആവശ്യങ്ങൾ നിർവ്വഹിക്കേണ്ടതുമാണ്.

സ്വാതന്ത്ര്യം ഏറ്റവും അടിത്തട്ടിൽ നിന്നു തുടങ്ങണം. വില്ലേജ് റിപ്പബ്ലിക് അല്ലെങ്കിൽ പഞ്ചായത്തിന് എല്ലാ അധികാരങ്ങളും വഹിക്കാൻ വ്യവസ്ഥയുണ്ടാകണം.

എല്ലാ ഗ്രാമങ്ങളും സ്വയം പര്യാപ്തവും സ്വന്തം കാലിൽ നില്ക്കുന്നവയുമായിരിക്കണം.

ആദർശവാദിയായ ഗാന്ധിജി, പഞ്ചായത്തുകളുടെ സുഗമമായ പ്രവർത്തനത്തിന് വ്യക്തികൾ സംസ്കാരചിത്തരും സത്യം, അഹിംസ എന്നിവയിലും പ്രപഞ്ചശക്തിയിലും (ദൈവത്തിൽ) വിശ്വാസമർപ്പിക്കുന്നവരായിരിക്കണം എന്നഭിപ്രായപ്പെട്ടിരുന്നു..

ഗാന്ധിജി തന്നെ ഒരു അവസരത്തിൽ പറഞ്ഞത് എന്റെ രാഷ്ട്രീയ ദർശനങ്ങൾ "ഉട്ടോപ്യ"ആണെന്ന വിമർശനം ഉയർന്നേക്കാം. പക്ഷേ, യഥാർത്ഥ ജനാധിപത്യം പഞ്ചായത്ത് രാജിൽ നിലനില്ക്കണമെങ്കിൽ ഏറ്റവും എളിയവനും താഴ്ന്ന നിലയിലുള്ളവനും ഏറ്റവും ഉയർന്നവനും ഒരേപോലെ ഭരണാധികാരികളാണെന്ന ധാരണ എല്ലാവർക്കും ഉണ്ടാകണം.

എല്ലാ മതങ്ങൾക്കും തുല്യനില പഞ്ചായത്ത്രാജിൽ ഉണ്ടായിരിക്കും. വിവിധമതങ്ങളെ രാജകീയപ്രൗഢിയോടെ മണ്ണിലുറച്ചുനില്ക്കുന്ന ഒരു വൻമരത്തിന്റെ ഇലകളോടാണ് ഗാന്ധിജി ഉപമിച്ചത്.

യന്ത്രങ്ങൾക്ക് ഇവിടെ അമിത പ്രാധാന്യമില്ല. മനുഷ്യാദ്ധ്വാനം നിരാകരിക്കുന്ന, യന്ത്ര സാന്നിദ്ധ്യവും അധികാരം കുറച്ചാളുകളിൽ ഒതുങ്ങി നില്ക്കുന്ന രീതിയും പഞ്ചായത്ത് രാജിലില്ല. വിവിധ മതവിഭാഗങ്ങൾ തമ്മിൽ കലഹം ഉണ്ടാവാൻ പഞ്ചായത്ത് രാജിൽ മനസ്സുറപ്പിച്ച ജനവിഭാഗങ്ങൾ അനുവദിക്കുകയില്ല. എല്ലാവരും തുല്യരും സ്നേഹപാശത്താൽ ബന്ധിതരുമാണ്. തൊട്ടുകൂടാത്തവരായി ആരും ഇല്ല.

അദ്ധ്വാനിക്കുന്ന തൊഴിലാളിയും ധനിക ക്യാപിറ്റലിസ്റ്റും തമ്മിൽ പദവിവ്യത്യാസമില്ലെന്ന ധാരണ നമുക്കുണ്ടാകണം. ബൗദ്ധികവ്യായാമവും ശാരീരിക അദ്ധ്വാനവും തമ്മിൽ വ്യത്യാസമൊന്നുമില്ല.

ഇത്തരം ഒരു മനോഭാവം നമ്മിൽ ഉണ്ടാവാൻ നാം തോട്ടിപ്പണി (Scavenging) ചെയ്യാനും സ്വമേധയാ തയ്യാറാകണം.

ബുദ്ധിയുള്ളവർ ആരും മദ്യം, കഞ്ചാവ് തുടങ്ങിയ ലഹരിവസ്തുക്കൾ ഒരിക്കലും തൊട്ടുനോക്കില്ല.

സ്വദേശിവ്രതം ജീവിതവ്രതമായി ആചരിക്കുകയും സ്ത്രീകളെ ബഹുമാനിക്കുകയും ആദരിക്കുകയും ചെയ്യുന്നവരായിരിക്കും. മറ്റുള്ളവർക്കുവേണ്ടി ജീവൻ ത്യജിക്കാൻ അവസരം വന്നാൽ അത് ചെയ്യുമെങ്കിലും മറ്റൊരാളിന്റെ ജീവൻ ഒരിക്കലും ഇല്ലാതാക്കില്ല.

പഞ്ചായത്തുകളുടെ കടമകളുടെ കാര്യത്തിൽ ഗാന്ധിജിയുടെ നിർദ്ദേശങ്ങളെ ഇങ്ങനെ സംഗ്രഹിക്കാം.

1. ഗ്രാമീണരെ കലഹങ്ങളില്ലാതെ ജീവിക്കാൻ ഉപദേശിക്കണം. തർക്കങ്ങൾ പഞ്ചായത്ത് ഇടപെട്ട് പരിഹരിക്കണം.
2. കന്നുകാലിവളർത്തൽ പ്രോത്സാഹിപ്പിക്കണം. പാലുല്പാദനവും വർദ്ധിപ്പിക്കാൻ ശ്രദ്ധ വേണം.
3. ഭക്ഷ്യവസ്തുക്കളുടെ ഉല്പാദനം വർദ്ധിപ്പിക്കണം. കമ്പോസ്റ്റ് വളം നിർമ്മാണം പ്രോത്സാഹിപ്പിക്കണം.
4. ഗ്രാമവും ഗ്രാമവാസികളും ശുചിത്വബോധം സ്വീകരിക്കണം.
5. ഗ്രാമത്തിൽ സിനിമ നിരുത്സാഹപ്പെടുത്തണം. സിനിമകളിൽ ലഹരി ഉപയോഗവും തൊട്ടുകൂടായ്മയും മറ്റും പ്രോത്സാഹിപ്പിക്കരുത്.
6. എല്ലാ മതസ്ഥരും പഞ്ചായത്തിൽ ഏകോദര സഹോദരങ്ങളെപ്പോലെ ജീവിച്ച് യഥാർത്ഥ സ്വാതന്ത്ര്യം മറ്റുള്ളവർക്ക് കാണിച്ചുകൊടുക്കണം.

നെയ്താലിം (NAITALIM)

പഞ്ചായത്തിന്റെ പ്രധാന കർത്തവ്യങ്ങളിൽ അടിസ്ഥാന വിദ്യാഭ്യാസം കൂടി ഉൾപ്പെടുത്തിയാണ് ഗാന്ധിജി ഗ്രാമരാജ് എന്ന സ്വപ്ന പദ്ധതിക്ക് അടിത്തറയിട്ടത്.

നെയ് താലിം എന്ന് ഗാന്ധിജി വിളിച്ചത് കൈത്തൊഴിലിനോടൊപ്പം നേടാവുന്ന വിദ്യാഭ്യാസത്തെയാണ്. വിദ്യാഭ്യാസം തൊഴിലധിഷ്ഠിതമായിരിക്കണം എന്നത് ഗാന്ധിജിയുടെ ശക്തമായ വിശ്വാസ പ്രമാണമായിരുന്നു.

ജീവിതത്തിൽ ഉപയോഗിക്കപ്പെടാത്ത വിഷയങ്ങളുടെയോ വിവരങ്ങളുടെയോ ഭാരം വിദ്യാർത്ഥികൾ എന്തിനു ചുമക്കണം എന്ന് ഗാന്ധിജി ന്യായമായും സംശയിച്ചിരുന്നു.

വിദ്യാഭ്യാസം കഴിഞ്ഞിറങ്ങുന്ന ഒരു വിദ്യാർത്ഥി സമൂഹത്തിന്റെ ഒരു മുതൽക്കൂട്ട് ആണ്. കൈതൊഴിലിൽ കൂടി വിദ്യാഭ്യാസം അഭ്യസിക്കുന്ന വ്യക്തിയുടെ ബൗദ്ധികമായ കഴിവുകൾ വികസിക്കുന്നതിന് കൈ, കാൽ, കണ്ണുകൾ, ചെവി, മൂക്ക് തുടങ്ങിയ അവയവങ്ങൾക്കെല്ലാം ശരിയായ പരിശീലനം നല്കണം. ആത്മാവും ഹൃദയവും എല്ലാം വിദ്യാഭ്യാസ പ്രക്രിയയിൽ ഭാഗഭാക്കാകണം.

മൂല്യബോധമുള്ള നല്ല വ്യക്തികളായി വളരാൻ മതബോധനവും ഗാന്ധിജി നിർദ്ദേശിക്കുന്നുണ്ട്. എല്ലാ മതങ്ങളിലെയും നല്ല വശങ്ങളുടെ സമ്മിശ്രരൂപത്തിലാകണം മതബോധനം.

നെയ്ത്ത്, മരപ്പണി(Carpentary) കൃഷി എന്നീ തൊഴിലുകളിൽ കൂടി നേടുന്ന വിദ്യാഭ്യാസം വിദ്യാർത്ഥിക്ക് ശാരീരികശേഷിയും ബുദ്ധി വികാസവും ഒരുമിച്ച് നല്കുന്നുവെന്ന് ഗാന്ധിജി ഉദാഹരിക്കുന്നു. ഗണിത ശാസ്ത്രപഠനവും മറ്റ് ശാസ്ത്രങ്ങളുടെ പഠനവും തൊഴിൽ പഠനത്തോ

ടൊപ്പം നടത്തുമ്പോൾ തന്റെ കൈതൊഴിൽ നല്ല രീതിയിൽ നടത്തിക്കൊണ്ടുപോകുവാൻ ആ വിദ്യാർത്ഥിക്ക് കഴിയും.

മാനസികോല്ലാസത്തിന് സാഹിത്യപഠനവും ഉൾപ്പെടുത്തിയാൽ സമീകൃതമായ ഒരു വിദ്യാഭ്യാസം പ്രസ്തുതവിദ്യാർത്ഥിക്ക് ലഭിക്കുന്നു. ശരീരം, ബുദ്ധി, മാനസിക വ്യാപാരങ്ങൾ എന്നിവയെല്ലാം സമരസമായ വ്യാപനം നേടുന്നു.

പൂർണ്ണമായ വ്യക്തിത്വം വികസിച്ചു കിട്ടുവാൻ ബുദ്ധി, ശരീരശക്തി, ഹൃദയം അഥവാ ആത്മാവ് എന്നിവയുടെ സമൂലമായ വികാസത്തിനു തകുന്ന വിദ്യാഭ്യാസമാണ് തൊഴിൽ വിദ്യാഭ്യാസത്തിൽ കൂടി ഗാന്ധിജി ആഗ്രഹിച്ചത് എന്ന് പറയാം.

തക്ക്ളി ഉപയോഗിച്ച് നൂൽ നൂല്ക്കുന്ന വിദ്യാർത്ഥിയെ സംബന്ധിച്ചിടത്തോളം ബുദ്ധിവികാസത്തിന് അത് ഒരവസരം നല്കുന്ന നല്ല ഉദാഹരണമാണ്. പരുത്തിയുടെ ചരിത്രം, മാനവരാശിയുടെ സംസ്കാരിക പുരോഗതിയിൽ അത് വഹിച്ച പങ്ക്, വസ്ത്രനിർമ്മാണത്തിന്റെ ഘട്ടങ്ങൾ എന്നിവയെക്കുറിച്ച് വിദ്യാർത്ഥിക്ക് നല്കുന്ന ക്ലാസുകൾ അവനിൽ വലിയ മാറ്റം വരുത്തുന്നു. നൂൽ ഉല്പാദിപ്പിക്കുവാൻ വേണ്ടിയുള്ള കൈ, കണ്ണ്, മനസ്സ് എന്നിവയുടെ ഏകാഗ്രത നല്കുന്ന പാഠവും വലുതാണ്.

ഗാന്ധിയൻദർശനത്തിൽ ചെറിയ ഒരു കുട്ടിക്ക് മേല്പറഞ്ഞ നൂൽ നൂല്പിൽ ആറ് മാസത്തെ പ്രാഥമിക പരിശീലനം നല്കണം. അതിനുശേഷം അക്ഷരമാലകൾ എഴുതി പഠിക്കാം. അതിനുശേഷം ലളിതമായ ഡ്രോയിങ്ങുകളും ആരംഭിക്കാം.

തന്റെ ചെറുപ്പകാലത്ത് അക്ഷരമാല നേരിട്ട് ആദ്യമായി പഠിക്കാൻ നിർബ്ബന്ധിച്ചതിന്റെ അസുഖകരമായ ഓർമ്മകൾ ഗാന്ധിജി പലപ്പോഴും വ്യക്തമാക്കിയിട്ടുണ്ട്. ഗ്രാമത്തിലെ കരകൗശല വസ്തുക്കളുമായി പരിചയപ്പെട്ടതിനുശേഷം അക്ഷരങ്ങൾ എഴുതാൻ പഠിപ്പിക്കുകയാണെങ്കിൽ വിദ്യാർത്ഥികൾക്ക് അവരുടെ മാനസിക മുരടിപ്പ് ഒഴിവാക്കാം.

പ്രൈമറി വിദ്യാഭ്യാസം ചുരുങ്ങിയത് ഏഴുവർഷം നീണ്ടുനില്ക്കുന്നതും പൊതുവിജ്ഞാനം ഉൾക്കൊള്ളുന്നതുമായിരിക്കണം. മെട്രിക്കുലേഷൻവരെ ഈ രീതി തുടരാവുന്നതും, ഇംഗ്ലീഷിന്റെ പ്രാധാന്യം കുറച്ച് തൊഴിൽ വിഷയം ഉൾപ്പെടുത്തുകയും വേണം.

തൊഴിൽ വിദ്യാഭ്യാസം അഭ്യസിക്കുന്നതിന്റെ ഇരട്ട നേട്ടം എന്നു പറയുന്നത് ചെറിയ വരുമാനം ഇതുറപ്പിക്കുകയും വ്യക്തിപരമായ വളർച്ച വാഗ്ദാനം ചെയ്യുന്നതുമാണ്. പ്രൈമറി വിദ്യാഭ്യാസകാലത്ത് തൊഴിൽ ചെയ്ത് ലഭിക്കുന്ന വരുമാനം സ്റ്റേറ്റ് ഉറപ്പാക്കുവാൻ, പരിശീലിച്ച തൊഴിൽ മേഖലകളിൽ ജോലി നല്കുകയോ, അവരുടെ നിർമ്മാണ സാമഗ്രികൾ നിശ്ചിതവിലയ്ക്ക് സ്റ്റേറ്റ് വാങ്ങുകയോ വേണം.

ഇന്ത്യ ഒരു ദരിദ്രരാഷ്ട്രമെന്ന നിലയ്ക്ക് ഗാന്ധിജി നിർദ്ദേശിക്കുന്ന ഒരു കാര്യം വിദ്യാഭ്യാസ ചെലവുകൾ വഹിക്കാൻ വിദ്യാഭ്യാസവകുപ്പിന് കഴിവുണ്ടാകണം എന്നതാണ്. കുട്ടിയിലെയും മനുഷ്യനിലെയും സർവ്വ

നന്മകളെയും ഊതിപെരുപ്പിക്കാൻ വിദ്യാഭ്യാസത്തിനു കഴിയും.

സാക്ഷരത വിദ്യാഭ്യാസത്തിന്റെ തുടക്കമോ ഒടുക്കമോ അല്ല. സ്ത്രീ പുരുഷന്മാർക്ക് വിദ്യാഭ്യാസം നല്കുവാനുള്ള ഒരു മാർഗ്ഗം മാത്രമാണിത്. അതിനാൽ ഗാന്ധിജിയെ സംബന്ധിച്ചിടത്തോളം ഉപകാരമുള്ള ഒരു കര കൗശലവസ്തുവിന്റെ നിർമ്മാണവിദ്യ അഭ്യസിച്ചുകൊണ്ടാണ് വിദ്യാഭ്യാസം തുടങ്ങേണ്ടത്. ഇത്തരം വസ്തുക്കളുടെ നിർമ്മാണം സ്കൂളുകളുടെ ചെലവ് സ്വയം വഹിക്കാൻ അവരെ പ്രാപ്തമാക്കും. കാരണം നിർമ്മിതവസ്തുക്കൾ സ്റ്റേറ്റ് ഏറ്റെടുക്കും.

സ്വന്തം അനുഭവസാക്ഷ്യം എന്ന നിലയ്ക്ക് ഗാന്ധിജി കൈവേലകൾ പഠിപ്പിക്കുന്നതിലൂടെ വിദ്യാർത്ഥിക്ക് നേടാൻ കഴിയുന്ന സാമർത്ഥ്യങ്ങളെക്കുറിച്ച് വിവരിച്ചിട്ടുണ്ട്. കൂട്ടത്തിൽ ജോഗ്രഫി, ചരിത്രം, ഗണിതശാസ്ത്രം എന്നിവയിൽ വിദ്യാർത്ഥിക്ക് താല്പര്യമുണ്ടാകുന്നു. വിപ്ലവകരമായ ഒരു വിദ്യാഭ്യാസപദ്ധതി എന്ന നിലയിൽ തന്നെയാണ് ഗാന്ധിജി അടിസ്ഥാന വിദ്യാഭ്യാസം (Basic Education) എന്ന ആശയം മുന്നോട്ടു വെക്കുന്നത്.

പ്രൈമറി വിദ്യാഭ്യാസത്തിന് വലിയ പ്രാധാന്യം നല്കുന്ന ഗാന്ധിജി, അഭിപ്രായപ്പെട്ടത് ഇംഗ്ലീഷ് ഇല്ലാത്ത മെട്രിക്കുലേഷന് തുല്യമായ പ്രാധാന്യം അതിനു നല്കണം എന്നതാണ്.

കോളേജ് വിദ്യാഭ്യാസത്തെക്കുറിച്ച് അദ്ദേഹം പറഞ്ഞത് ദേശീയ ആവശ്യങ്ങൾക്കനുസരിച്ചായിരിക്കണം പഠനം പ്ലാൻ ചെയ്യേണ്ടത്. മെക്കാനിക്കൽ എഞ്ചിനീയർമാർ ഓരോ വ്യവസായവുമായി ബന്ധപ്പെട്ട് ജോലി നോക്കണം. ടാറ്റയെപോലുള്ള വ്യവസായികൾ അവർക്കാവശ്യമുള്ളത്ര എഞ്ചിനീയർമാരെ പരിശീലിപ്പിക്കാൻ സ്റ്റേറ്റിന്റെ മേൽനോട്ടത്തിൽ കോളേജുകൾ സ്ഥാപിക്കണം.

അദ്ധ്യാപകർ വിദ്യാർത്ഥികളെ അദ്ധ്വാനത്തിന്റെ മഹത്ത്വം പഠിപ്പിക്കണം. തൊഴിൽ പരിശീലനം വഴി പഠനസഹായം തേടുന്നത് രാജ്യസ്നേഹം സൂചിപ്പിക്കുന്ന നടപടിയാണ്.

പ്രവർത്തനചെലവുണ്ടാക്കാൻ കഴിയാത്ത പബ്ലിക്സ്കൂളുകൾ വഞ്ചനയിൽ നിലനില്ക്കുന്നവയും അദ്ധ്യാപകർ വിഡ്ഢികളുമാണ്.

കായികാദ്ധ്വാനത്തിനും തൊഴിൽവിദ്യാഭ്യാസത്തിനും പ്രാധാന്യം നല്കുന്നതോടൊപ്പം സ്കൂളുകളിൽ മ്യൂസിക് പഠനം സാദ്ധ്യമാക്കണമെന്ന് ഗാന്ധിജി അഭിപ്രായപ്പെട്ടു. ഡ്രിൽ, ഹാൻഡിക്രാഫ്റ്റ്സ്, ഡ്രോയിങ്, മ്യൂസിക് എന്നീ നാല് പ്രവർത്തനങ്ങളും ഒന്നിച്ച് നടപ്പാക്കുമ്പോൾ സ്കൂൾ കുട്ടികളുടെ ആന്തരികമായ നല്ല വാസനകൾ പ്രോത്സാഹിപ്പിക്കാൻ സാധിക്കും. അവരുടെ താല്പര്യങ്ങളും.

മദ്യത്തിൽനിന്നുള്ള വരുമാനം വിദ്യാഭ്യാസത്തിന്ന് ചെലവഴിക്കുന്നതിൽ ഗാന്ധിജിക്ക് ഉണ്ടായിരുന്ന എതിർപ്പിന്റെ ഫലമായിട്ടുകൂടിയാണ് വിദ്യാഭ്യാസസ്ഥാപനങ്ങൾ സ്വയം പര്യാപ്തത നേടണമെന്ന് ഗാന്ധിജി നിർബ്ബന്ധം പിടിച്ചത്.

ബേസിക് എജുക്കേഷൻ നടപ്പാക്കാൻ ഗാന്ധിജി ആവശ്യപ്പെട്ടത് താഴെപ്പറയുന്ന കാരണങ്ങൾ കൊണ്ടായിരുന്നു.

1. എല്ലാ വിദ്യാഭ്യാസവും സ്വയം ചെലവ് വഹിക്കാൻ കഴിയുന്നതാകണം.
2. കൈത്തൊഴിൽ പരിശീലിപ്പിക്കുന്നതുകൊണ്ട് കൈകൾ ഫലപ്രദമായി ഉപയോഗിക്കാൻ കഴിയുന്നു.
3. പ്രാദേശിക ഭാഷയിലായിരിക്കണം അദ്ധ്യയനം.
4. മതപരമായ പരിശീലനം അനുവദനീയമല്ല.
5. കുട്ടികൾക്ക് നല്കുന്ന വിദ്യാഭ്യാസകാര്യങ്ങൾ മുതിർന്നവരിലും അവരുടെ വീടുകളിലും പ്രസക്തമായിരിക്കും.
6. നാം എല്ലാവരും ഇന്ത്യക്കാരാണെന്ന ബോധം നിലനിർത്തേണ്ടതുകൊണ്ട് സ്വന്തം പ്രാദേശിക ഭാഷയ്ക്കു പുറമെ നാഗരി അല്ലെങ്കിൽ ഉറുദു ലിപിയിൽ എഴുതുന്ന ഹിന്ദുസ്ഥാനിഭാഷ പഠിപ്പിക്കണം.

കൃഷിയും കന്നുകാലിവളർത്തലും: കിസാൻ

(i) അടിസ്ഥാന വിദ്യാഭ്യാസത്തെക്കുറിച്ച് ദീർഘമായി ഉപന്യസിച്ചതുപോലെ ഗാന്ധിജി കൃഷിയേയും കന്നുകാലി സമ്പത്തിനേയുംക്കുറിച്ച് വിശദമായി എഴുതുകയുണ്ടായി.

കാർഷികരാജ്യമായി അറിയപ്പെടുന്ന ഇന്ത്യയിൽ കൃഷിയും കന്നുകാലിവളർത്തലുമില്ലാത്ത ഗ്രാമങ്ങൾ ഇല്ല തന്നെ. വളരെ പ്രാചീന കാലത്തുതന്നെ കൃഷി ആരംഭിച്ച രാജ്യങ്ങളിലൊന്നാണ് ഇന്ത്യ. കൃഷിയോടൊപ്പം കൃഷിക്കാരനെക്കുറിച്ചും ഭൂവുടമ ബന്ധങ്ങളും ഭൂവ്യവസ്ഥകളും ഭക്ഷ്യോല്പാദനത്തിന്റെ പ്രശ്നങ്ങളും ഗാന്ധിജി സവിസ്തരം പ്രതിപാദിക്കുന്നുണ്ട്.

കൃഷിയിൽ ഏർപ്പെട്ടിരിക്കുന്നവർക്ക് കന്നുപൂട്ടുന്നതിന് കാളകളെ ആവശ്യമായിരുന്നു. അതുകൊണ്ടുതന്നെ അവയുടെ പരിപാലനവും പ്രാധാന്യമർഹിക്കുന്നു. യന്ത്രവല്കൃത കൃഷിയും ഭൂപരിഷ്കരണങ്ങളും വ്യാപകമായി നടപ്പിലാക്കാതിരുന്ന ഒരു കാലത്തായിരുന്നുവല്ലോ ഗാന്ധിജിയുടെ രംഗപ്രവേശനം.

കന്നുകാലിസമ്പത്തിനെക്കുറിച്ച് ഗാന്ധിജി ഇപ്രകാരം എഴുതി.

ഈ സമ്പത്ത് യഥാവിധി ഉപയോഗിക്കുന്നില്ലെങ്കിൽ ഇന്ത്യ നാശത്തിലെത്തിച്ചേരും, അതോടെ ഇന്ത്യക്കാരും. പടിഞ്ഞാറൻ രാജ്യങ്ങളിലെപ്പോൽ കന്നുകാലികൾ ഒരു സാമ്പത്തികഭാരമായി തീർന്നാൽ നമുക്ക് അവയെ കൊല്ലുകയല്ലാതെ മറ്റ് മാർഗ്ഗങ്ങളില്ല. (*വില്ലേജ് സ്വരാജ്*, പേജ് 98)

വൈദേശിക ഭരണത്തിൻകീഴിൽ, നമുക്ക് അധികാരം കൈയിലില്ലാത്തതിനാൽ കാർഷികമേഖലയിൽ പുരോഗതി ആർജ്ജിക്കാൻ കഴിയില്ല എന്നു ഗാന്ധിജി ആദ്യകാലത്ത് വിശ്വസിച്ചിരുന്നു. ക്രമേണ ആ

വിശ്വാസത്തിന് മാറ്റം വരികയും ഈ സാഹചര്യത്തിൽ കൃഷിക്കാർ കൃഷിയിൽ ശ്രദ്ധിച്ചാൽ നികുതി ബാദ്ധ്യതകൾക്കുശേഷവും ചെറിയൊരു വരുമാനം പ്രതീക്ഷിക്കാം.

ഗാന്ധിജിയുമായി ഇക്കാര്യത്തിൽ ജവഹർലാൽനെഹ്റുവിന് അഭിപ്രായവ്യത്യാസമുണ്ടായിരുന്നു. കൃഷിക്കാരന് ലഭിക്കുന്ന വരുമാന വർദ്ധന വൈദേശിക ഗവർമെണ്ട് ഏതെങ്കിലും തരത്തിൽ അവരിൽ നിന്നും വസൂലാക്കുമെന്ന് അദ്ദേഹം കരുതിയിരുന്നു.

ഗാന്ധിജിയാകട്ടെ, ഇതിനെതിരെ പ്രതിഷേധിക്കാൻ കൃഷിക്കാരെ തയ്യാറാക്കി ബ്രിട്ടീഷുകാരുടെ കൊള്ളയ്ക്കെതിരെ അവരെ അണിനിരത്താമെന്ന് സമാശ്വസിച്ചു.

അങ്ങനെയാണ് കൃഷി പരിഷ്കരണവും നല്ല ജനുസ്സുള്ള കന്നുകാലിവളർത്തലും നടത്താൻ കൃഷിക്കാരെ പ്രേരിപ്പിക്കാൻ ഗാന്ധിജി തീരുമാനിച്ചത്.

അരഡസൻ വില്ലേജിലെങ്കിലും ഇത്തരം ബോധവല്ക്കരണം നടത്താൻ കഴിഞ്ഞാൽ വിജയിച്ചതായി കണക്കാക്കാമെന്നും അദ്ദേഹം കരുതിയിരുന്നു.

ഹരിജൻ മാസികയിൽ കൃഷിക്കാരെക്കുറിച്ച് ഗാന്ധിജി ഇങ്ങനെ എഴുതി.

"കൃഷിക്കാരനെ ലോകപിതാവായി വിവരിക്കുന്ന ഒരു കവിത ഞാൻ വർഷങ്ങൾക്ക് മുമ്പ് വായിക്കുകയുണ്ടായി. എല്ലാം വിതരണം ചെയ്യുന്ന വിതരണഅധികാരി ദൈവമാണെങ്കിൽ കർഷകൻ അദ്ദേഹത്തിന്റെ കൈകളാണ്." (ഹരിജൻ 25.8.1946)

ഭക്ഷണമുല്പാദിപ്പിക്കുന്ന കൃഷിക്കാരന് പട്ടിണി കിടക്കേണ്ടിവരുന്നതും നല്ല വസ്ത്രമില്ലാത്തതും ദയനീയമായ കാഴ്ചയായിരുന്നു. ഏഴു ലക്ഷത്തിലധികം ഗ്രാമങ്ങളിലായി ജീവിക്കുന്ന ഇന്ത്യയിൽ കൃഷിക്കാരന്റെ അഭിവൃദ്ധിയും കാർഷികാഭിവൃദ്ധിയും പരസ്പരം ബന്ധിതമാണ്.

ഇന്ത്യൻ കർഷകൻ ആർജ്ജിച്ച അറിവുകൾ നിസ്സാരമല്ല. പരുക്കൻ പുറംഭാഗത്തിനുള്ളിൽ ആഴത്തിലുള്ള ആത്മജ്ഞാനമാണ്. ദാരിദ്ര്യവും നിരക്ഷതയും നിർമ്മാർജ്ജനം ചെയ്താൽ മനുഷ്യരാശിയുടെ ഉത്തമ സംസ്കാരത്തിന്റെ ഉദാത്ത ഉദാഹരണങ്ങളായി അവരെ കാണാം. സമയം, ആരോഗ്യം, പണം എന്നിവയുടെ കൃത്യമായ ഉപയോഗം അവരെ പഠിപ്പിച്ചാൽ അവർ നല്ല മാതൃകകളാവും.

നമ്മുടെ ഗ്രാമങ്ങളെ ചാണകക്കുണ്ടുകളെന്ന് (Dung heaps) ഒരു വിദേശി പരിഹസിക്കുകയുണ്ടായി. അവയെ നമുക്ക് മാതൃകാ ഗ്രാമങ്ങളാക്കി മാറ്റാമെന്ന് ഗാന്ധിജിക്ക് ഉറപ്പുണ്ടായിരുന്നു. ഗ്രാമസൗന്ദര്യം ഉറപ്പാക്കുന്നതിന് പ്രവർത്തിക്കുന്ന ഒരു മിഷനറിയാണ് താനെന്ന് ഗാന്ധിജി പറയാറുണ്ടായിരുന്നു.

ഹരിജനിൽ എഴുതിയ ഒരു ലേഖനത്തിൽ നമ്മുടെ ഗ്രാമങ്ങളെ ബാധിക്കുന്ന മൂന്നു വൈകല്യങ്ങളെ ഗാന്ധിജി ഇപ്രകാരം സംഗ്രഹിച്ചു.

(ഹരിജൻ 16.5.1936)

(i) കൂട്ടായ ശുചീകരണപ്രവർത്തനങ്ങളുടെ അഭാവം (ii) അപര്യാപ്തഭക്ഷണക്രമം (iii)അലസത.

സ്വന്തം അഭിവൃദ്ധിയിൽ അവർക്ക് താല്പര്യമില്ല. ആധുനിക ശുചീകരണ പ്രവർത്തനങ്ങളിൽ അവർക്ക് മതിപ്പില്ല. സ്വാഭാവിക അലസതയും ഇവർക്കിടയിലുണ്ട്.

ഇത്തരം പ്രതിസന്ധികൾ ഗൗരവമേറിയതും യഥാർത്ഥവുമാണെങ്കിലും നാം നമ്മുടെ യജ്ഞത്തിൽനിന്നും പിന്നോട്ടില്ല. ഗ്രാമപുനർനിർമ്മാണത്തിൽ നാം തുടക്കക്കാർ ആണെങ്കിലും ക്ഷമ കൈവിട്ട് പോകരുത്. മാറാരോഗിയെ ചികിത്സിക്കുന്ന നേഴ്സുമാരെപ്പോലെ ക്ഷമയും സ്ഥിരോത്സാഹവും കാണിച്ചാൽ എല്ലാ പ്രതിബന്ധങ്ങളുടെയും വൻമല കയറാം.

പരുക്കൻ പ്രകൃതക്കാരെങ്കിലും ഇന്ത്യൻഗ്രാമീണർ ലോകത്തിലെ ഏതു ഗ്രാമക്കാരുമായും താരതമ്യപ്പെടുത്തിയാൽ കൂടുതൽ മാനവികത പ്രദർശിപ്പിക്കുന്നവരാണ്. ഹ്യുയൻസാങ് മുതൽ ഇങ്ങോട്ടുള്ള എല്ലാ വിദേശസഞ്ചാരികളും ഇത് രേഖപ്പെടുത്തിയിട്ടുണ്ട്. ഇന്ത്യൻ ഗ്രാമീണരുടെ ആന്തരികനന്മയും, ദരിദ്രരുടെ വീടുകളിൽപ്പോലും ദർശിക്കാവുന്ന കലാരൂപങ്ങളും, സ്വയം നിയന്ത്രണങ്ങളും മതപരമായി അവരെ നൂറ്റാണ്ടുകളായി യോജിപ്പിച്ച് നിർത്തിയ സാംസ്കാരിക തനിമയുടെ ദർശനങ്ങളാണ്. കൃഷിക്കാരൻ, ഭൂരഹിത തൊഴിലാളിയാണെങ്കിലും അദ്ധ്വാനിക്കുന്ന ഉടമയാണെങ്കിലും ഭൂമിയുടെ ഉപ്പാണ്. (Salt of the earth) അസന്നിഹിത ഭൂവുടമയോ, മദ്ധ്യവർത്തിയായ സെമീന്ദാർ എന്നയാൾക്കോ ആ മേന്മ അവകാശപ്പെടാനില്ല. എങ്കിലും അക്രമമാർഗ്ഗങ്ങളിൽകൂടി കൃഷിക്കാരന് അസന്നിഹിതഭൂവുടമയെ തുരത്താൻ കഴിയില്ല. കൂട്ടായി മാത്രമേ കൃഷിക്കാർക്ക് ഇതു ചെയ്യാൻ കഴിയുകയുള്ളൂ. അതിനവരെ സഹായിക്കാനുതകുന്ന കമ്മിറ്റികൾ രൂപീകരിച്ച് പ്രവർത്തിക്കണം. സ്ത്രീകൾക്കും പുരുഷന്മാർക്കും ഈ സഹായം ലഭിക്കണം.

ഭൂരഹിത കാർഷിക തൊഴിലാളികളുടെ മാന്യമായ ജീവിതത്തിനുതകുന്ന വേതനം അവർക്കു ലഭ്യമാക്കണം.

"എനിക്ക് സാധിക്കുമായിരുന്നുവെങ്കിൽ നമ്മുടെ ഗവർണർ ജനറലിനെയും പ്രധാനമന്ത്രിയെയും കൃഷിക്കാരിൽനിന്ന് തെരഞ്ഞെടുക്കുമായിരുന്നു. എന്റെ ചെറുപ്പകാലത്ത് സ്കൂൾ പുസ്തകങ്ങളിൽനിന്നും ഞാൻ പഠിച്ചത് ഭൂമിയുടെ യഥാർത്ഥ അവകാശികൾ കൃഷിക്കാർ തന്നെയാണെന്നാണ്. (ഹരിജൻ 8.2.1948)

നിരക്ഷരരാണെങ്കിൽപ്പോലും ധൈര്യത്തിലും കാര്യങ്ങൾ ഗ്രഹിക്കാനുള്ള കഴിവുള്ളതിനാലും സെക്രട്ടേറിയറ്റിലെ ഉയർന്ന ഉദ്യോഗങ്ങൾക്കുവരെ കിസാൻ അർഹനാണെന്ന് ഗാന്ധിജി വിശ്വസിച്ചു. യഥാർത്ഥത്തിൽ നമ്മുടെ യജമാനന്മാരായ കൃഷിക്കാരനെ നാം അടിമകളാക്കി അമർത്തിവെച്ചു.

(ii) ഭൂവുടമവകാശം - ജന്മികുടിയാൻ ബന്ധങ്ങൾ

കൃഷിക്കാരൻ ഭൂമിയുടെ ഉപ്പാണ്. യഥാർത്ഥ അവകാശിഭൂമിയിൽ അദ്ധ്വാനിക്കുന്ന കൃഷിക്കാരനാണ്. സെമീന്ദാറോ മറ്റ് മദ്ധ്യവർത്തികളായ ഭൂവുടമസ്ഥരോ അല്ല. നിർഭാഗ്യവശാൽ ലളിതമായ ഈ സത്യം കൃഷിക്കാർ മനസ്സിലാക്കിയിരുന്നില്ല.

ഗാന്ധിജി ഇങ്ങനെ പ്രസ്താവിക്കുമ്പോഴും ഹിംസ ഉപയോഗിച്ച് സെമീന്ദാർമാരിൽനിന്നും ബലമായി ഭൂമി പിടിച്ചെടുക്കുന്നതിനെ അദ്ദേഹം അനുകൂലിച്ചിരുന്നില്ല. അഹിംസയും സ്വന്തം ശക്തിയെക്കുറിച്ചുള്ള ബോധവും കൃഷിക്കാരൻ ഓർമ്മിക്കണം.

ഒരാൾക്ക് എത്രഭൂമി വേണം?

മാന്യമായ ഉപജീവനത്തിനുവേണ്ടതിലധികം ഭൂമി ഒരാൾക്കുണ്ടാകരുതെന്ന് ഗാന്ധി വിഭാവനം ചെയ്തു. നടുവൊടിക്കുന്ന ദാരിദ്ര്യം അനുഭവിക്കുന്ന ജനലക്ഷങ്ങൾക്ക് സ്വന്തം എന്നു വിളിക്കാവുന്ന ഒരു തുണ്ട് ഭൂമിയില്ലാത്തതാണ് പരിതാപകരമായ അവസ്ഥയ്ക്ക് കാരണമെന്ന വസ്തുത ആർക്കും നിഷേധിക്കാനാവില്ല.

പക്ഷേ, ഭൂപരിഷ്കരണം ധൃതിപിടിച്ച് ചെയ്യാനാവില്ല. അഹിംസാത്മകമായ രീതിയിൽ ഉള്ളവരെയും ഇല്ലാത്തവരെയും ബോദ്ധ്യപ്പെടുത്തി മാത്രമേ ഇതു സാദ്ധ്യമാവുകയുള്ളൂ. ഭൂവുടമകൾക്ക് ലഭിക്കേണ്ട ഉറപ്പ് അവർക്കെതിരെ ശക്തിയാരും ഉപയോഗിക്കുകയില്ലെന്നും, ഇല്ലാത്തവരെ ബോദ്ധ്യപ്പെടുത്തേണ്ടത് അവരുടെ നിശ്ചയത്തിനെതിരെ എന്തെങ്കിലും ചെയ്യാൻ അവരെ ആർക്കും നിർബ്ബന്ധിക്കാനാവില്ലെന്നുമാണ്. ഭൂരഹിതരായവരെ മനസ്സിലാക്കേണ്ടത് അവർക്ക് സ്വാതന്ത്ര്യം ലഭിക്കുന്നതിന് അഹിംസാത്മകമായ മാർഗ്ഗങ്ങൾ വഴിയുള്ള പ്രവർത്തനം വഴി സാധിക്കും എന്നുമാണ്. സ്വയം ക്ലേശം അനുഭവിക്കുക (Self-suffering) എന്ന ഗാന്ധിയൻ രീതി ഗാന്ധിയൻ ആദർശം യഥാവിധി മനസ്സിലാക്കുന്നവർക്കു മാത്രമേ ഗ്രഹിക്കാൻ കഴിയുകയുള്ളൂ.

ഭൂവുടമകളോട് ഗാന്ധിജി ആഹ്വാനം ചെയ്തത് നിങ്ങളുടെ എല്ലാ സ്വകാര്യസ്വത്തുക്കളും ഒരു ട്രസ്റ്റിന്റെ കീഴിൽ കൊണ്ടുവന്ന് നിങ്ങളുടെ കീഴിലുള്ള കൃഷിക്കാരുടെ ക്ഷേമത്തിനായി ചെലവഴിക്കണമെന്നാണ്. അവരുടെ ഹൃദയത്തോട് നേരിട്ട് നടത്തുന്ന ഈ അഭ്യർത്ഥന വഴി അവരിൽ മാനസാന്തരമുണ്ടാകുമെന്നായിരുന്നു ഗാന്ധിജിയുടെ പ്രത്യാശ.

ഗാന്ധിജി പ്രസ്തുത ആഹ്വാനം നടത്തുമ്പോൾ കോൺഗ്രസിൽ തന്നെ കോൺഗ്രസ് സോഷ്യലിസ്റ്റുകളുടെ ഒരു ഇടതുപക്ഷം രൂപപ്പെട്ടു വരുന്ന കാര്യവും ഗാന്ധിജി *അമൃതബസാർ പത്രിക*യിൽ സൂചിപ്പിച്ചു കാണാം. സോഷ്യലിസ്റ്റുകൾക്ക് മുൻകൈ ലഭിക്കുകയാണെങ്കിൽ എന്തു സംഭവിക്കുമെന്ന് ഗാന്ധിജി ഭയപ്പെട്ടിരുന്നു. എങ്കിലും സ്വത്തുവഹകൾ കൈവശംവെക്കുന്നവരിൽനിന്നും അതു ബലമായി പിടിച്ചെടുക്കണമെന്ന് ഒരു റഫറണ്ടം നടത്തിയാൽ ആരും അനുകൂലിക്കില്ലെന്ന് ഗാന്ധിജി അഭിപ്രായപ്പെടുന്നു. തൊഴിലാളികളും സ്വത്തുടമകളും, ഭൂവുടമകളും കർഷക

തൊഴിലാളികളും തമ്മിൽ സഹകരണവും, ഏകീകരണവും ഉണ്ടാകണമെന്ന് ഗാന്ധിജി പ്രതീക്ഷിച്ചിരുന്നു.

ഭൂവുടമകളോട് ആഹ്വാനം ചെയ്തതുപോലെ ഗാന്ധിജി മില്ലുടമകളോടും പറഞ്ഞത് അവർ അവരുടെ മില്ലുകളുടെ പൂർണ്ണാവകാശമുള്ള വ്യക്തികൾ അല്ലെന്നും തൊഴിലാളികൾക്കും തുല്യമായ അവകാശങ്ങളുണ്ട്. അന്യോന്യമുള്ള തർക്കങ്ങൾ ഇല്ലാതാക്കാൻ ഇത്തരം സമീപനം ഉപകരിക്കും.

കാർഷികതൊഴിലാളികൾ അവരുടെ ശക്തി മനസ്സിലാക്കി സെമീന്ദാർമാർ അവരുടെ മാന്യമായ ഉപജീവനത്തിന് ആവശ്യമായ വേതനം നല്കുന്നില്ലെങ്കിൽ ജോലി ചെയ്യില്ല എന്ന പ്രഖ്യാപനമുണ്ടായാൽ അത് സെമീന്ദാർമാർക്ക് ബുദ്ധിമുട്ടുകളുണ്ടാക്കും.

"കർഷകർ യോജിച്ചു മുന്നേറുകയാണെങ്കിൽ അപ്രതിരോധശക്തിയായി മാറും. ആവശ്യമാണെങ്കിൽ അതവരെ പഠിപ്പിക്കാനും ഞാൻ മടിക്കില്ല."

മാതൃകാ സെമീന്ദാർമാർ കൃഷിക്കാരുടെ ജീവിതഭാരം കുറയ്ക്കുന്നതിന് സഹായങ്ങൾ ചെയ്യുന്നവരായിരിക്കും. നിരാശയ്ക്കുപകരം ഭാവിയെക്കുറിച്ചുള്ള നല്ല പ്രതീക്ഷകൾ അവർക്കു നല്കാം. ഗ്രാമത്തിലെ കിണറുകളും കുളങ്ങളും വൃത്തിയാക്കുന്നതിനും, ശുചീകരണങ്ങളിൽ മുൻകൈ എടുക്കുന്നതിനും, കർഷകഭവനങ്ങളിലെ കുട്ടികൾക്ക് തങ്ങളുടെ കുട്ടികളോടൊപ്പം വിദ്യാഭ്യാസം നല്കുന്നതിനും സഹായിക്കും.

സമ്പത്തിന്റെ ഒരുഭാഗം വിട്ടുനല്കാൻ സ്വത്തുടമകൾ സ്വമേധയാ തീരുമാനിക്കുകയാണെങ്കിൽ യഥാർത്ഥ ആഹ്ലാദം അവർക്ക് ലഭിക്കും. മറിച്ച് അസംതൃപ്തരായ തൊളിലാളി കർഷകവിഭാഗം ഉയിർത്തെഴുന്നേറ്റാൽ അവരുടെ പ്രതിഷേധജ്വാലയെ സുശക്തമായ സൈനികർക്കുപോലും തടഞ്ഞുനിർത്താൻ കഴിയില്ല.

സെമീന്ദാർമാർ കൃഷിക്കാരോടുള്ള പെരുമാറ്റത്തിൽ വലിയ മാറ്റം വരുത്തേണ്ടതുണ്ട്. കൃഷിക്കാരിൽനിന്നും നിർബ്ബന്ധമായും പിരിച്ചെടുക്കുന്ന മാമൂലുകൾ അവർ ഉപേക്ഷിക്കണം. വസ്തുകൈമാറ്റം ചെയ്യുമ്പോൾ വസൂലാക്കുന്ന പിഴയും അവസാനിപ്പിക്കണം.

കൃഷിക്കാർക്ക് അവരുടെ കൈവശഭൂമിയിൽ സ്ഥിരാവകാശം നല്കണം. നമ്മുടെ പൂർവ്വികർ വിശ്വസിച്ചിരുന്നത് എല്ലാ ഭൂമിയും ഗോപാലിന്റേതാണ്. ഗോപാൽ എന്നാൽ ആട്ടിടയൻ എന്നും ദൈവം എന്നും അർത്ഥം. ആധുനിക ഭാഷയിൽ പറഞ്ഞാൽ രാഷ്ട്രം, അഥവാ ജനങ്ങൾ. ജന്മി - കുടിയാൻ ബന്ധം രമ്യമായി പരിഹരിക്കണം എന്ന് ആത്മാർത്ഥമായി ആഗ്രഹിച്ച ഗാന്ധിജി, ജന്മിമാരെ ഹിംസ ഉപയോഗിച്ച് അവരുടെ അവകാശങ്ങൾ ഇല്ലാതാക്കുന്നത് കാർഷിക തൊഴിലാളികൾക്കും നാശമായിരിക്കും നല്കുക എന്നും അഭിപ്രായപ്പെട്ടു.

ഭൂവുടമകൾ ബുദ്ധിപൂർവ്വം പ്രശ്നം പരിഹരിക്കുകയാണെങ്കിൽ ആർക്കും നാശമില്ലാതെ കാര്യങ്ങൾ പരിഹൃതമാകും.

സഹകരണ പ്രസ്ഥാനം - Co-Operation

കൃഷി, കന്നുകാലിവളർത്തൽ എന്നീ വിഷയങ്ങളെക്കുറിച്ച് പ്രസ്താവിക്കുമ്പോൾ ഗാന്ധിജി ഗ്രാമസ്വരാജിൽ സഹകരണത്തിന്റെ ആവശ്യകതയും വിശദമാക്കുകയുണ്ടായി.

പശു വളർത്തൽ കൃഷിക്കാർ വ്യക്തികൾ എന്ന നിലയ്ക്ക് നടത്തുന്നതിനേക്കാളും ഗുണപ്രദം ഒരു കൂട്ടായ്മയിൽ ഫാം നടത്തുന്നതാണ് നല്ലത് എന്ന് ഗാന്ധിജി വ്യക്തമാക്കുന്നു. കാരണം, ഒരു വ്യക്തിക്ക് അയാളുടെ വീട്ടിൽവെച്ച് ശാസ്ത്രീയമായ രീതിയിൽ പശുക്കളെയും എരുമകളെയും വളർത്തിയെടുക്കുവാൻ പരിമിതികളുണ്ട്.

ലോകം മുഴുവൻ വ്യക്തികളുടെ കൂട്ടായ്മ അല്ലെങ്കിൽ സഹകരണ മാതൃകയിൽ ജീവിതസംബന്ധിയായ പല കാര്യങ്ങളും ഇപ്പോൾ ചെയ്തുവരികയാണ്. നമ്മുടെ രാജ്യത്തും സഹകരണ സംരംഭങ്ങൾ നാമ്പെടുത്ത് തുടങ്ങിയിരിക്കുന്നു. പക്ഷേ, പാവങ്ങൾക്ക് ഇതിന്റെ മെച്ചം കിട്ടിയിട്ടില്ല.

സഹകരണരീതിയിൽ പശുപരിപാലനം നടത്തുമ്പോൾ ഉണ്ടാകുന്ന നേട്ടങ്ങൾ ഗാന്ധിജി ഇങ്ങനെ സംഗ്രഹിക്കുന്നു.

1. സ്വന്തം വീട്ടിൽനിന്നും അകലെ കന്നുകാലികളെ പാർപ്പിക്കുമ്പോൾ വീട്ടിലെ സ്ഥലം നഷ്ടപ്പെടുന്നില്ല. ചാണകത്തിന്റെ മണവും ഒഴിവാക്കാം.

2. സഹകരണരീതിയിൽ കന്നുകാലികളുടെ എണ്ണത്തിലുള്ള വർദ്ധനവ് പ്രശ്നമാകുന്നില്ല.

3. മൃഗഡോക്ടർമാരുടെ സേവനം ലഭ്യമാകുന്നു.

4. പൊതുവായ മേച്ചിൽ സ്ഥലം ലഭ്യമാകുന്നു. തീറ്റയുടെ ചെലവ് സഹകരണമേഖലയിൽ കുറവാണ്.

5. പാലിന് നല്ല വില ലഭിക്കുന്നു.

കൃഷിയുടെ കാര്യത്തിലും മെച്ചമായ മാറ്റം ഉണ്ടാക്കുന്നതിന് സഹകരണ കൃഷിക്ക് കഴിയും. പക്ഷേ, കൃഷിക്കാർ സുഹൃത്തുക്കളാവുകയും ഒരേ കുടുംബാംഗങ്ങളെപ്പോലെ ചിന്തിക്കുകയും ചെയ്താൽ മാത്രമേ സഹകരണകൃഷി വിജയപ്രാപ്തിയിലെത്തുകയുള്ളൂ.

കമ്പോസ്റ്റ് വളം - നിർമ്മാണരീതി, പ്രാധാന്യം

കാർഷിക ഉല്പാദനം വർദ്ധിപ്പിച്ച് ഭക്ഷ്യക്ഷാമം ഒരു പഴങ്കഥയാക്കി മാറ്റാം എന്ന വിശ്വാസത്തിലാണ് ഗാന്ധിജി കമ്പോസ്റ്റ് വളം നിർമ്മിക്കുന്നതിനെക്കുറിച്ച് ഉച്ചത്തിൽ ആലോചിച്ചത്. ഉല്പാദനം വർദ്ധിപ്പിക്കുന്നതിനുള്ള ഫലപ്രദമായ ഒരു മാർഗ്ഗം യഥാവിധി വിളകൾക്ക് വളം നല്കുക എന്നതാണ്. കൃത്രിമ വളങ്ങൾ മണ്ണിന് ഹാനികരമാണെന്നും കമ്പോസ്റ്റ് വളം മണ്ണിന്റെ പോഷകമൂല്യം വർദ്ധിപ്പിക്കുമെന്നും അങ്ങനെ ഇന്ത്യക്കാർക്ക് ലക്ഷക്കണക്കിന് രൂപ ലാഭിക്കാമെന്നും ഗാന്ധിജി *ഹരിജൻ* മാസികയിൽ എഴുതി (*Harijan* 28.2.47)

സ്വാതന്ത്ര്യലബ്ധിക്കുശേഷം അഖിലേന്ത്യാ അടിസ്ഥാനത്തിൽ ബോധവല്ക്കരണം ലക്ഷ്യമിട്ട് ഇന്ത്യാഗവൺമെന്റ് ആഭിമുഖ്യത്തിൽ ഒരു ആൾ ഇന്ത്യാ കമ്പോസ്റ്റ് കോൺഫറൻസ് ഡൽഹിയിൽ വിളിച്ച് ചേർക്കുകയുണ്ടായി. ശ്രീമതി മീരാബെന്നിന്റെ മുൻകൈയിൽ ചേർന്ന ഈ യോഗത്തിൽ അദ്ധ്യക്ഷത വഹിച്ചത് ഡോ. രാജേന്ദ്രപ്രസാദ് ആയിരുന്നു. (ഡിസംബർ 1947)

പ്രസ്തുതയോഗത്തിൽ നഗരമാലിന്യങ്ങൾ മില്ലുകളിലെയും അറവുശാലയിലെ പുറന്തള്ളുന്ന വസ്തുക്കൾ എന്നിവ വളമായി ഉപയോഗിക്കാൻ തീരുമാനങ്ങൾ എടുക്കുകയുണ്ടായി.

ഗാന്ധിജിയെ സംബന്ധിച്ചിടത്തോളം ജൈവമാലിന്യങ്ങളിൽനിന്നും പച്ചില, ചാണകം, വെണ്ണീർ എന്നിവയുടെ ഉപയോഗത്തിലൂടെയും കമ്പോസ്റ്റ് വളം ഉണ്ടാക്കുന്നത് ആദായകരവും പരിസ്ഥിതി ശുചീകരണത്തിന് സഹായകരവുമാണ്. പരിസരശുചിത്വം ആരോഗ്യദായകവുമാണ്.

കമ്പോസ്റ്റ് കുഴികൾ കുത്തുന്നതിലും ഗാന്ധിജിക്ക് സ്വന്തമായ അഭിപ്രായമുണ്ടായിരുന്നു. ആറടി വിതിയും അത്ര തന്നെ ആഴവുമുള്ള കുഴികൾ വേണമെന്ന ചിലരുടെ നിർദ്ദേശം ഗാന്ധിജിക്ക് സ്വീകാര്യമായിരുന്നില്ല. സൂര്യപ്രകാശം ഏല്ക്കുന്ന വിധത്തിൽ ചെറിയ കുഴികളാണ് ഗാന്ധിജി നിർദ്ദേശിക്കുന്നത്.

കമ്പോസ്റ്റ് വളം നിർമ്മാണത്തിൽ ഗാന്ധിജിയുടെ സുവ്യക്തമായ അഭിപ്രായം രാസവളങ്ങളേക്കാൾ ജൈവവളങ്ങളാണ് മണ്ണിന്റെ പോഷകസ്വഭാവം നിലനിർത്തുന്നതിന് സഹായം ചെയ്യുന്നത് എന്നാണ്. ഇന്ന് ലോകമൊട്ടാകെ ജൈവകൃഷിരീതിയെക്കുറിച്ച് ചിന്തിക്കുമ്പോൾ വർഷങ്ങൾക്കുമുമ്പുതന്നെ ഇതിന്റെ ഗുണമേന്മ തിരിച്ചറിഞ്ഞ ഗാന്ധിജിയെ

എത്ര സ്തുതിച്ചാലും മതിയാകില്ല. കന്നുകാലികളുടെ ചാണകം, മൂത്രം, അടുപ്പിലെ ചാരം എന്നിവ കമ്പോസ്റ്റ് കുഴികളിൽ നിക്ഷേപിച്ച് കമ്പോസ്റ്റ് ഉണ്ടാക്കുന്ന "ഇൻഡോർ മെത്തേഡ്" ഇന്ത്യയിൽ ആകെ പ്രചാരം നേടിയിരുന്നു.

സാധാരണഗതിയിൽ കന്നുകാലികളുടെ മൂത്രം പാഴാക്കി കളയുന്ന കർഷകർക്ക് ഇൻഡോറിൽ നടത്തിയ പരീക്ഷണ ഫലമായി പ്രസ്തുത മൂത്രം ശേഖരിച്ച് കുഴികളിൽ നിക്ഷേപിച്ചാൽ നല്ല വളക്കൂറുള്ള വസ്തുവായി മാറ്റാം എന്നതും ഗാന്ധിജിക്ക് സ്വീകാര്യമായിരുന്നു. (*ഹരിജൻ* 17.8.35)

വയലിൽനിന്നും ലഭിക്കുന്ന പാഴ്‌വസ്തുക്കൾ, കളകൾ, പക്ഷി കാഷ്ഠം, ഉഴുന്ന്, പയർ, കടല എന്നിവയുടെ ചെടിയുടെ ഭാഗങ്ങൾ, കരിമ്പ് ചണ്ടി, ഇലകൾ തുടങ്ങിയവയും ചതച്ച് എടുത്താൽ നല്ല വളമാക്കി മാറ്റാം.

വീടുകളിൽനിന്നും ആവശ്യം കഴിഞ്ഞ് പുറത്തേക്കൊഴുകുന്ന ജലവും ഒരു ചെറിയ കുഴിയിൽ സംഭരിച്ച് കമ്പോസ്റ്റ് നിർമ്മാണത്തിന് ഉപയോഗിക്കാം. ജലക്ഷാമം നേരിടുന്ന രാജ്യങ്ങളിൽ ഒരിക്കൽ ഉപയോഗിച്ച വെള്ളം റീസൈക്കിൾ ചെയ്ത് ആധുനിക കാലത്ത് ഉപയോഗിക്കുന്ന കാര്യം ഓർക്കുക. ആസ്ത്രേലിയ ഒരു നല്ല ഉദാഹരണമാണ്.

ഗ്രാമസ്വരാജിന്റെ സർവ്വതോന്മുഖമായ വിജയത്തിന് കാർഷിക അഭിവൃദ്ധി അത്യന്താപേക്ഷിതമാണ് എന്ന ബോധത്തിൽനിന്നാണ് ഗാന്ധിജി കമ്പോസ്റ്റ് വളം നിർമ്മാണത്തിനായി വിവിധരീതികളും ഇൻഡോറിൽ പരീക്ഷിച്ച് വിജയിച്ച രീതിയും സാമാന്യം വിശദമായിത്തന്നെ പ്രതിപാദിച്ചത്.

കൃഷിശാസ്ത്രജ്ഞന്മാരെപ്പോലും അതിശയിപ്പിക്കുന്ന തരത്തിലാണ് കമ്പോസ്റ്റ് നിർമ്മാണരീതികൾ ചേരുവകളുടെ പട്ടിക വിവരിച്ച് ഓരോ ദിവസവും ചെയ്യേണ്ട പ്രവർത്തികൾ എന്നിവ രേഖപ്പെടുത്തിയിട്ടുള്ളത്.

ഗ്രാമത്തിൽ ചെയ്യേണ്ട കൃഷികൾ, ഭക്ഷ്യധാന്യകൃഷിയും പരുത്തികൃഷിയുമാണ്. മേച്ചിൽസ്ഥലം, കുട്ടികൾക്കും മുതിർന്നവർക്കും കളിസ്ഥലം എന്നിവയ്ക്ക് ഗ്രാമത്തിൽ സ്ഥലം ഒഴിച്ചിടണം. അതിനുശേഷം മിച്ച സ്ഥലമുണ്ടാവുകയാണെങ്കിൽ നാണ്യവിളകൾ ചെയ്യാം. പക്ഷേ, കഞ്ചാവ്, പുകയില തുടങ്ങിയ ലഹരി വസ്തുക്കൾ ഗ്രാമത്തിൽ കൃഷി ചെയ്യാൻ പാടില്ല.

ഭക്ഷ്യക്ഷാമം

കൃഷി, കന്നുകാലിവളർത്തൽ വിഷയങ്ങളിൽ ദീർഘമായ ആലോചനകൾ ഗാന്ധിജി നടത്തിയതിനോടൊപ്പം നമ്മുടെ ഭക്ഷ്യപര്യാപ്തതയും ക്ഷാമവും പ്രധാന ചിന്താവിഷയമായി.

ഭക്ഷ്യക്ഷാമവും തൽഫലമായുണ്ടായ ജീവനാശവും ഇന്ത്യയിൽ

കേട്ടുകേൾവി ഇല്ലാത്തതൊന്നുമല്ല. ക്ഷാമം രണ്ടുതരത്തിലുണ്ടാകാം, പ്രകൃതിക്ഷോഭംമൂലവും മനുഷ്യനിർമ്മിതവും.

ഭക്ഷ്യക്ഷാമം നേരിടുന്നതിന് ഗാന്ധിജി രണ്ടു കാര്യങ്ങൾ ചൂണ്ടിക്കാണിക്കുന്നു. ഒന്ന് സ്വയം പ്രയത്നവും രണ്ട് സ്വയം പര്യാപ്തയുമാണ്. വിദേശരാജ്യങ്ങളെ ആശ്രയിക്കൽ നമ്മെ ഒടുവിൽ വിനാശത്തിലെത്തിക്കും.

നിരവധി നദികളാൽ സമൃദ്ധമായ, ധാരാളം കൃഷിക്കനുയോജ്യമായ നിലങ്ങളും കന്നുകാലി സമ്പത്തുമുള്ള രാജ്യത്ത് ഭക്ഷ്യക്ഷാമമുണ്ടാകുന്നത് നമ്മുടെ തന്നെ കഴിവുകേടോ ഉദാസീനതയോ ഉണ്ടാകാം. കഴിഞ്ഞ കുറച്ചുനൂറ്റാണ്ടുകളായി അവഗണിക്കപ്പെട്ട ഒരു ഭൂതകാലം നമുക്കുണ്ടായതുകൊണ്ടാണ് ഈ അവസ്ഥ സംജാതമായത്. അല്ലെങ്കിൽ ലോകത്തിലെ മറ്റ് രാഷ്ട്രങ്ങളെയും ധാന്യം നല്കി നമുക്ക് സഹായിക്കാനാകുമായിരുന്നു.

ഭക്ഷ്യധാന്യങ്ങളുടെ ലഭ്യതയിലുണ്ടാകുന്ന കുറവ് നികത്തുന്നതിന് ഒരു പോംവഴി പുനം, തരിശ് ഭൂമികൾ കൃഷി യോഗ്യമാക്കുക എന്നുള്ളതാണ്. കൃഷിയോഗ്യമായ ഓരോ ഇഞ്ച് ഭൂമിയും അടിയന്തരമായി ഉപയുക്തമാക്കുകയാണെങ്കിൽ മറ്റുള്ളവരെ ആശ്രയിക്കാതെ നമുക്കാവശ്യമായ ഭക്ഷ്യവസ്തുക്കൾ ഇവിടെത്തന്നെ ഉല്പാദിപ്പിക്കാം.

ഭക്ഷ്യകാര്യത്തിൽ വിദേശസഹായം ലഭിക്കുന്നത് ആകെ ആവശ്യത്തിന്റെ മൂന്നു ശതമാനമാണ്. ഗാന്ധിജി ഈ വിദേശസഹായത്തിന്റെ കാര്യത്തിലും തന്റെ സ്വതസിദ്ധമായ ചില പരിഹാരമാർഗ്ഗങ്ങൾ നിർദ്ദേശിച്ചിരുന്നു. ഹിന്ദുക്കൾ ഓരോ രണ്ടാഴ്ചയിലും പതിനൊന്നാമത്തെ ദിവസം നിരാഹാരവ്രതമോ മറ്റ് വ്രതമോ അനുഷ്ഠിക്കാറുണ്ട്. മുസ്ലീങ്ങളും മറ്റുള്ളവരും ഇങ്ങനെ ഒരുദിവസം ഭക്ഷണം ഉപേക്ഷിക്കുകയാണെങ്കിൽ അത്രയും ഭക്ഷ്യധാന്യങ്ങൾ മിച്ചമായി വരും. ഇന്ത്യക്കാർ മുഴുവൻ പട്ടിണികിടക്കുന്ന ജനലക്ഷങ്ങൾക്കായി ഇത്തരം ഭാഗികമായ ഭക്ഷണനിഷേധം ആചരിക്കുകയാണെങ്കിൽ വിദേശസഹായമായി ലഭിക്കാവുന്ന മൂന്നുശതമാനത്തിലധികം നമുക്ക് മിച്ചമായി ലഭിക്കും. പട്ടിണിമൂലം മരിച്ചുപോകുന്ന പതിനായിരങ്ങൾക്ക് ചെറിയ ഒരു സഹായം ചെയ്യാൻ നമുക്ക് സാധിച്ചാൽ സ്വയം സഹായം എന്ന ഉന്നതാശയത്തിന് സഹായകരമായ സദ്പ്രവർത്തി ആയിരിക്കുമത്.

ധാന്യ ഉപയോഗം ഒരാൾ എത്ര കുറയ്ക്കുന്നുവോ, അത്രയും അയാൾ ഉല്പാദിപ്പിക്കുന്നു. ((He who saves grains as much, he produce as much) അതിനാൽ ദരിദ്രജനതയോട് ദയവുള്ളവർ അവരുടെ ആവശ്യങ്ങൾ പരിചിതപ്പെടുത്തണം. ധനികർ എത്രയോ ഭക്ഷണം പാഴാക്കികളയുന്നു എന്നും ഓർക്കേണ്ടതുണ്ട്.

ചപ്പാത്തി, അരി, ധാന്യങ്ങൾ, പാൽ, നെയ്യ്, ഓയിൽ എന്നിവയും പച്ചക്കറികളും ഒന്നിച്ചുപയോഗിക്കുന്ന ആളുകളുണ്ട്. അനാരോഗ്യകരമായ ഒരു മെനു ആണിതെന്ന് ഗാന്ധിജി ചൂണ്ടിക്കാട്ടുന്നു. പാൽ, മുട്ട,

വെണ്ണ മാംസം എന്നിവ ഉപയോഗിക്കുന്നവർ ധാന്യങ്ങൾ എന്തിനുപയോഗിക്കണം. ദരിദ്രർക്ക് സസ്യാഹാരങ്ങളിൽനിന്നും ലഭിക്കുന്ന പ്രോട്ടീൻ മാത്രമേ ഉള്ളൂ. ധനികൻ ധാന്യങ്ങളും എണ്ണകളും ഉപയോഗിക്കാതെ ദരിദ്രർക്കായി നീക്കിവെക്കണം.

മധുരപലഹാരങ്ങൾ (Sweet dishes) പാടേ വർജ്ജിക്കണം. പകരം പഞ്ചസാരയോ ശർക്കരയോ വളരെ കുറച്ചുമാത്രം ഉപയോഗിക്കുക. പുത്തൻ ഫലങ്ങൾ നല്ലതാണെങ്കിലും കൂടുതൽ ഉപയോഗിക്കേണ്ടതില്ല.

ചുരുക്കത്തിൽ ധനികരുടെ ഭക്ഷണശീലങ്ങളിൽ പ്രകടമായ മാറ്റങ്ങൾ ഗാന്ധിജി നിർദ്ദേശിച്ചതിന്റെ പൊരുൾ അവർ ഉപയോഗത്തിൽ നിന്നും ഒഴിവാക്കുന്നവ സാധാരണക്കാർക്ക് ലഭിക്കും എന്ന പ്രത്യാശയിലാണെന്നു കാണാം. ആധുനിക ഡയറ്റീഷ്യന്മാർ നിർദ്ദേശിക്കുന്നതുപോലെ കൃത്യമായ ഒരു ഭക്ഷണക്രമം ആണ് ഗാന്ധിജി നിർദ്ദേശിക്കുന്നതെന്ന് ആലോചിച്ചാൽ മനസ്സിലാകും. ഭക്ഷ്യക്ഷാമം പരിഹരിക്കുന്നതിനും സാദ്ധ്യതകളുടെ സഹായത്തിനുമാണ് ഈ നിർദ്ദേശങ്ങളെങ്കിലും.

ധാന്യവിതരണക്കാരും അമിത ലാഭേച്ഛ വെടിഞ്ഞ് പ്രവർത്തിക്കണം. ലാഭത്തിനുവേണ്ടി പാവങ്ങളെ ചൂഷണം ചെയ്യുന്നവർ ചിലപ്പോൾ കൊള്ളയടിക്കപ്പെട്ടേക്കാം.

സാമ്പത്തിക പരാധീനത അനുഭവിക്കുന്നവർക്ക് തൊഴിൽലഭ്യതയും ഇല്ലാതെ വന്നാൽ എളുപ്പത്തിൽ ചെയ്യാവുന്നത് നൂൽ നൂല്പാണ്. അതിനു മുതിരാത്ത അലസർക്ക് പട്ടിണി തന്നെയാണ് വിധിച്ചിട്ടുള്ളത്.

ഭക്ഷ്യക്ഷാമം നേരിടുന്നതിന് ഭക്ഷ്യകാര്യങ്ങളിൽ മിതത്വം പാലിക്കുന്നതിനൊപ്പം വേവിക്കാതെ സലാഡ് രൂപത്തിൽ കഴിക്കാവുന്ന ഇലകൾ (Mustard) കൃഷി ചെയ്യാനും തോട്ടങ്ങളിൽ പോലും ഭക്ഷ്യവസ്തുക്കൾ ഉല്പാദിപ്പിക്കാനുള്ള ബോധവല്ക്കരണം നടത്താനും ഗാന്ധിജി നിർദ്ദേശിക്കുന്നു. സിവിലിയൻ ജനങ്ങളോടൊപ്പം സൈനികരും അവരുടെ ഉപഭോഗം കുറയ്ക്കേണ്ടതുണ്ട്.

കിണറുകളുടെ ആഴം കൂട്ടി ജലലഭ്യത പരമാവധി വർദ്ധിപ്പിക്കാൻ ഗവൺമെന്റ് ശ്രദ്ധിക്കണം. കരിഞ്ചന്തയും വഞ്ചനയും ഇല്ലാതായി കാണുകയും വേണം. ഭക്ഷ്യക്ഷാമത്തിന്റെ പ്രധാന കാരണങ്ങളിലൊന്നായി ജനസംഖ്യാവർദ്ധനവിനെ ഗാന്ധിജി നിരീക്ഷിക്കുന്നില്ല.

ഖാദി

ഗാന്ധിജി ഒരു സാമ്പത്തികവിദഗ്ദ്ധനെന്ന് ആരും അവകാശപ്പെടുന്നില്ലെങ്കിലും ഗ്രാമപുനരുദ്ധാരണത്തിന്റെയും രാഷ്ട്രപുനരുദ്ധാരണത്തിന്റെയും പ്രശ്നങ്ങൾ സാമ്പത്തിക സ്വാതന്ത്ര്യവുമായും സ്വയം പര്യാപ്തതയുമായും ബന്ധപ്പെട്ട് കിടക്കുന്നുവെന്ന് അദ്ദേഹം വിലയിരുത്തുന്നു.

സാമ്പത്തികസ്വാതന്ത്ര്യത്തിന്റെ തുടക്കമായിട്ടാണ് അദ്ദേഹം ഖാദിയെ കണ്ടത്. സാമ്പത്തിക സ്വയംപര്യാപ്തതയ്ക്കും സാമൂഹ്യതുല്യതയ്ക്കും ഒരു മറുവാക്കായിരുന്നു ഖാദി.

ഖാദി പ്രചാരണത്തിൽ സ്വദേശി മനഃസ്ഥിതിയുടെ മൂർത്തീകരണമുണ്ട്. ഗ്രാമീണരുടെ അദ്ധ്വാനവും ബുദ്ധിയും കൈമുതലാക്കി അവരുടെ ജീവിതോപാധികൾ നേടിയെടുക്കാനുള്ള ഗാന്ധിയൻ ആദർശപദ്ധതിയാണ് ഖാദി.

ഖാദി ഒരു ജീവിതോപാധിയാക്കുന്നതിന് മനസ്സ് ആദ്യം തയ്യാറാക്കേണ്ടതുണ്ട്. അദ്ധ്വാനത്തിന്റെ മഹത്ത്വം പൂർണ്ണമായി ഉൾക്കൊള്ളാനുള്ള മനസ്സ്. അതെല്ലാവർക്കും ഉണ്ടാകണമെന്നില്ല.

ഖാദിയിൽ പൂർണ്ണമായും മനസ്സ് അർപ്പിച്ചവർ അനുഭവിക്കുന്ന സ്വാശ്രയത്വവും ദേശാഭിമാനവും അവരിൽ ജ്വലിച്ചുനില്ക്കുന്ന ആന്തരികശക്തിയും ഇന്ത്യൻ മാനവികതയുടെ സമുദ്രത്തിലെ ഓരോ തുള്ളിയായി അവരെ നിലനിർത്തുന്നു.

ഗാന്ധിജിയെ സംബന്ധിച്ചിടത്തോളം ഇന്ത്യൻ മാനവികതയുടെ ഐക്യപ്രതീകമാണ് ഖാദി. അത് പ്രധാനം ചെയ്യുന്ന സാമ്പത്തിക സ്വാശ്രയത്വവും തുല്യതയും അതുല്യമാണ്.

ജവഹർലാൽ നെഹ്റു ഖാദിയെ വിശേഷിപ്പിച്ചത് "ഇന്ത്യൻ സ്വാതന്ത്ര്യത്തിന്റെ മുദ്ര" (Livery of India's freedom) എന്നാണ്.

ഖാദി ഉല്പാദനവും വിതരണവും ഇന്ത്യയിലെമ്പാടും വിന്യസിക്കേ

ണ്ടതുണ്ട്. ഓരോ ഗ്രാമവും അവരുടെ മുഴുവൻ ആവശ്യത്തിനുവേണ്ടിയും കുറച്ച് നഗരങ്ങൾക്കുവേണ്ടിയും ഉല്പാദിപ്പിക്കേണ്ടതുണ്ട്.

വിദേശവസ്ത്രബഹിഷ്കരണത്തിന്റെ മറുപുറമായും ഖാദിയെ കാണാം. ഗ്രാമീണ സ്വാശ്രയത്വവും ദേശീയ ബോധവും ഉല്പാദിപ്പിക്കുന്നതിനും ഖാദി വഴി തുറക്കുന്നുണ്ട്. ഖാദിയുടെ ഉല്പാദനവും അതുമായി ബന്ധപ്പെട്ട വിവിധ ഘട്ടങ്ങളിലെ പ്രവർത്തികളും ഗ്രാമത്തിൽ തന്നെ പൂർത്തീകരിക്കാവുന്നതാണ്. ഖാദി പ്ലാനിങ്ങിനായി ഗാന്ധിജി ചില നിർദ്ദേശങ്ങൾ നല്കുന്നുണ്ട്. അവ ഇങ്ങനെ സംഗ്രഹിക്കാം.

1. ഓരോ കുടുംബവും സ്വന്തം ആവശ്യത്തിനായി കുറച്ചു പരുത്തി കൃഷി ചെയ്യണം. ബ്രിട്ടീഷുകാർ ബീഹാറിലെ കൃഷിക്കാരെ നിർബ്ബന്ധിച്ച് നീലഅമരി കൃഷി ചെയ്യിച്ചിരുന്നു. നമ്മുടെ ദേശത്തിനായി എന്തുകൊണ്ട് കുറച്ച് സ്ഥലത്ത് പരുത്തികൃഷി ചെയ്തകൂട?
2. നൂൽനൂല്പിൽ ഏർപ്പെടുന്ന വലിയവരായാലും ചെറിയവരായാലും അവരെ ബന്ധിപ്പിക്കുന്ന ഒരു കണ്ണി സൃഷ്ടിക്കപ്പെടുന്നു. ഐക്യപ്പെടുത്തുന്ന ഈ കെട്ടുപാട് വ്യക്തികളെ ഒരേ നിലയിലാക്കുന്നു എന്നതാണ് ഖാദിയുടെ വിദ്യാഭ്യാസപരമായ മൂല്യം.
3. നിത്യേന ഒരു മണിക്കൂറെങ്കിലും നൂൽനൂല്പിനായി മാറ്റി വെക്കണം.
4. ചർക്ക നല്കുന്ന സന്ദേശം ലാളിത്യം, മാനവസേവ, മറ്റുള്ളവരെ വേദനിപ്പിക്കാതെ ജീവിതം നയിക്കൽ എന്നിവയാണ്. ധനികരും ദരിദ്രരും തമ്മിൽ ഇഴപിരിക്കാനാകാത്ത ഒരു ബന്ധം ചർക്ക നല്കുന്നു.
5. ആത്മീയവളർച്ച നേടുന്നതിന് ചർക്ക എല്ലാവർക്കും തുല്യഅവസരം നല്കുന്നു.
6. ദരിദ്രരുമായി താദാത്മ്യം പ്രാപിക്കാൻ ധനികർക്ക് കിട്ടുന്ന ഒരവസരമാണിത്. ഉചിതമായ ഈ ശാരീരിക അദ്ധ്വാനത്തേക്കാൾ ദൈവാരാധനയ്ക്ക് പറ്റിയ വേറെ മാർഗ്ഗമില്ല.
7. കൈകൊണ്ടുള്ള നൂൽനൂല്പും നെയ്ത്തും രാജ്യത്തിന്റെ സാമ്പത്തികവും ധാർമ്മികവുമായ ഉയിർത്തെഴുന്നേല്പിന് വഴി തെളിയിക്കും.
8. കൃഷി പ്രവർത്തി കഴിഞ്ഞുള്ള സമയത്ത് ചർക്ക ഉപയോഗിക്കുന്നത് ചെറിയ സാമ്പത്തിക ആശ്വാസവും പട്ടിണിയാൽ കഴിയുന്ന ജനലക്ഷങ്ങൾക്ക് ലഭിക്കും.
9. നെയ്ത്ത് മുൻകാലങ്ങളിൽ ഒരു കുടിൽ വ്യവസായമായി നിലനിന്നിരുന്നു. അത് നാം തിരിച്ചുപിടിക്കേണ്ടിയിരിക്കുന്നു. നെയ്ത്ത് വിദ്യ എളുപ്പത്തിൽ പഠിക്കാവുന്നതാണ്. അർദ്ധപട്ടിണിയിൽ കഴിഞ്ഞിരുന്ന ഇന്ത്യൻ കൃഷിക്കാരെ സംബന്ധിച്ചിടത്തോളം വരുമാനവർദ്ധനവിന് ഇതൊരു ഉത്തമമാർഗ്ഗമാണെന്ന് ഗാന്ധിജി വിശ്വസിച്ചു. വലിയ മുതൽ മുടക്ക് ഇതിനാവശ്യമില്ല. ചർക്കയുടെ നിർമ്മാണവും എളുപ്പത്തിൽ നടക്കും. ഇതിൽനിന്നുള്ള വരുമാനം ക്ഷാമത്തെയും വരൾച്ചയെയും നേരിടാൻ കൃഷിക്കാരെ പ്രാപ്തരാക്കുന്നു.

ഖാദിയുടെ പ്രചാരംകൊണ്ട് നേടിയെടുക്കാവുന്ന പ്രധാനകാര്യം

വിദേശവസ്ത്രത്തിനായി ഇന്ത്യക്ക് പുറത്തേക്ക് ഒഴുകുന്ന ധനത്തെ തടഞ്ഞുനിർത്താം. ഇതിന്റെ ഗുണം അന്തിമമായി പാവങ്ങളിലേത്തിച്ചേരും. സർവ്വോപരി ജനങ്ങളുടെയിടയിൽ സഹകരണമനോഭാവം നിലനിർത്താൻ ഇതിനെ കവിഞ്ഞ് മറ്റൊന്നുമില്ല.

ഗ്രാമീണരുടെ അലസത, മന്ദത എന്നിവയേക്കാൾ വലിയൊരു ദൂഷ്യം ഇല്ല. അലസത ഇല്ലാതാക്കിയാൽ ജനങ്ങളുടെ മനോഭാവത്തിൽ വലിയ മാറ്റങ്ങൾ വരുത്താം. അലസതയാൽ ആണ്ടുകിടക്കുന്നവരെ കർമ്മനിരതരാക്കാൻ ചർക്കപോലെ മറ്റൊന്നില്ലെന്ന് ഗാന്ധിജി ഉദ്ഘോഷിക്കുന്നു. (*യങ് ഇന്ത്യ*, 27.8.1925) *യങ് ഇന്ത്യ*യിൽ എഴുതിയ ഒരു ലേഖനത്തിൽ ഗാന്ധിജി പറയുന്നത് കേൾക്കൂ.

ഒന്നുമില്ലായ്മയിൽനിന്ന് കുറച്ചെന്തെങ്കിലും ഉണ്ടാക്കാനുള്ള ഒരു ശ്രമമാണ് ചർക്ക. ഇതിന്റെ ഉപയോഗം വഴി 60 കോടി രൂപ രാജ്യത്തിനുവേണ്ടി സമ്പാദിക്കാൻ കഴിഞ്ഞാൽ, അത്രയും വലിയ സംഖ്യ ദേശീയ വരുമാനത്തിന്റെ ഭാഗമാകും. ഈ സംഖ്യ മുഴുവനായും ദരിദ്രർക്കിടയിൽ വിതരണം ചെയ്താൽ അത് നീതി പൂർവ്വമായ ഒരു വിതരണം ആകും. (*യങ് ഇന്ത്യ*, 17.2.27)

നെയ്ത്ത് പ്രചാരത്തിൽ വന്നതോടെ ജാതീയമായ വിവേചനങ്ങളും കുറഞ്ഞുതുടങ്ങി. ചിലയിടങ്ങളിൽ നെയ്ത്തുകാർ തൊട്ടുകൂടാത്തവരായിരുന്നു. ഹരിജനങ്ങളും നെയ്ത്ത് ചെയ്ത് ജീവിച്ചിരുന്നു. ദരിദ്രരിൽ ദരിദ്രരായവർക്ക് ചർക്ക നല്ലൊരു ജീവനോപാധിയായി.

ബ്രഹ്മചര്യം അനുഷ്ഠിക്കേണ്ടവർക്ക് നൂൽനൂല്പ് സ്വയം ക്ഷമയെ സ്വീകരിക്കുന്നതിനും വികാരങ്ങളെ നിയന്ത്രിക്കുന്നതിനും ഉതകുമെന്നും ഗാന്ധിജി അഭിപ്രായപ്പെടുന്നു. സൂക്ഷ്മമായ ചലനങ്ങളിലൂടെ നിർവ്വഹിക്കേണ്ട പ്രവർത്തിയാണ് നൂൽനൂല്പ്. വ്യക്തി ജീവിതത്തിലും അത് ഉപകരിക്കും. മാതൃരാജ്യസേവനത്തിനായി ഉഴിഞ്ഞുവെച്ച ജീവിതവുമായി ചർക്കയ്ക്ക് പിന്നിൽ വർത്തിക്കുന്ന ലക്ഷക്കണക്കിന് കരങ്ങളിൽ നമ്മുടേതുമുണ്ടെന്ന ബോധം നമ്മെ ശക്തരാക്കും.

ഗാന്ധിജിയുടെ മനസ്സിൽ ജനലക്ഷങ്ങൾക്ക് അനുയോജ്യമായ സാർവ്വദേശീയ തൊഴിൽ നെയ്ത്ത് തന്നെയാണ്. ചിലപ്പോൾ മറ്റുചില തൊഴിൽ മേഖലകളിൽ വേതനം കൂടുതലുണ്ടാകും. പക്ഷേ, എത്രപേർക്ക് അത് ചെയ്യാൻ പറ്റും. ഉദാഹരണമായി ഗാന്ധിജി വാച്ച് നിർമ്മാണം ചൂണ്ടിക്കാട്ടുന്നു. ഇതിൽ എല്ലാവർക്കും പങ്കെടുക്കുവാൻ കഴിഞ്ഞെന്ന് വരില്ല.

ചർക്കയുടെ പ്രചാരണം പുനഃസ്ഥാപിക്കാൻ നിസ്വാർത്ഥരുടെ ഒരു വൻ നിരതന്നെ പ്രവർത്തിക്കണം. രാജ്യസ്നേഹത്തിന്റെ കണ്ണിൽക്കൂടി മാത്രമേ ചർക്കയുടെ സന്ദേശം വ്യാപകമാക്കാൻ കഴിയൂ. ശക്തിമത്തായ ബോധവല്ക്കരണവും വിദ്യാഭ്യാസവും ഇതിനുവേണ്ടിവരും.

ദരിദ്രരായ മുസ്ലീങ്ങളും ഹിന്ദുക്കളും ഒരുപോലെ ചർക്ക തിരിക്കുന്നവരാണ്. ഗാന്ധിജി 1940 ൽ *ഹരിജനിൽ* എഴുതി.

ഇരുപത്കൊല്ലത്തെ അനുഭവത്തിന്റെ വെളിച്ചത്തിൽ എനിക്ക് പറയുവാൻ കഴിയൂ നമ്മുടെ ജനലക്ഷങ്ങളെ ഏതുമതസ്ഥരായാലും അവരെ

സ്വരാജിലേക്ക് നയിക്കാൻ ചർക്കയ്ക്ക് സാധിക്കും. (*ഹരിജൻ* 13.4.40)

ചർക്കവ്യാപാര മത്സരത്തിന്റെയല്ല വ്യാപാരസമാധാനത്തിന്റെ പ്രതീകമാണ്. രാജ്യങ്ങളുടെ നേർക്ക് അതൊരു കാലുഷ്യവും പ്രകടിപ്പിക്കുന്നില്ല. മറിച്ച് നന്മയുടെയും സ്വയം സേവനത്തിന്റെയും സന്ദേശം മാത്രം. സ്വന്തം വീട്ടിൽ ഭക്ഷണം തയ്യാറാക്കുന്ന അതേ സ്പിരിറ്റിൽ സ്വന്തം വീട്ടിൽ നൂൽനൂല്പും നടത്തണം. ലാളിത്യത്തിന്റെ രൂപത്തിൽ രാഷ്ട്ര പുനർനിർമ്മാണം നടത്താൻ ചർക്കയുടെയും ഗ്രാമവ്യവസായങ്ങളുടെയും പുനഃസ്ഥാപനത്തിലൂടെ സാധിക്കും എന്ന് ഗാന്ധിജി അവകാശപ്പെടുന്നു. ദുർബ്ബലരെ ചൂഷണം ചെയ്തും സാമ്രാജ്യത്വത്തിന്റെ സൈനിക ശക്തി ഉപയോഗിച്ചും സ്ഥാപിക്കുന്ന ഭരണത്തേക്കാൾ സമാധാനപൂർണ്ണമായ ഒരു കോമൺവെൽത്ത് സ്ഥാപിക്കാനുള്ള പശ്ചാത്തലമൊരുക്കുവാൻ ചർക്കയ്ക്ക് മാത്രമേ കഴിയൂ. ഭക്ഷണത്തിന്റെയും വസ്ത്രത്തിന്റെയും കാര്യത്തിൽ സ്വയം പര്യാപ്തത നേടിക്കഴിഞ്ഞാൽ ഇന്ത്യക്കും മറ്റ് ലോകരാഷ്ട്രങ്ങൾക്കും ആ സന്ദേശം നല്കാൻ കഴിയും. മാതൃകാപരമായ ഒരു ഗ്രാമജീവിതത്തിന്റെ അടിസ്ഥാനം ചർക്കയാകുന്നു. മറ്റെല്ലാം അതിനുചുറ്റും കറങ്ങിക്കൊണ്ടിരിക്കും. നഗരങ്ങളിലും ഗ്രാമങ്ങളിലും ഖാദി സാർവ്വത്രികമാക്കാൻ ഗാന്ധിജി നിർദ്ദേശിച്ചത് ഖാദി വാങ്ങുന്നവർ പകരം നൂൽ കൊടുക്കണം. എന്നാൽ മാത്രമേ അഹിംസയിലധിഷ്ഠിതമായ സ്വരാജ് കൈവരിക്കാൻ കഴിയുകയുള്ളൂ. ധാരാളം മില്ലുകളും നഗരങ്ങളും ഉണ്ടായാൽ ഇന്ത്യയിലെ ജനലക്ഷങ്ങൾക്ക് അഭിവൃദ്ധിയുണ്ടാകുമോ?

മറിച്ച് അത് തൊഴിൽരഹിതർക്ക് കൂടുതൽ ദാരിദ്ര്യവും പട്ടിണിയും മാത്രമേ സംഭാവന ചെയ്യുകയുള്ളൂ. അത്തരം സാഹചര്യങ്ങളിൽ സത്യവും അഹിംസയ്ക്കും പകരം ഹിംസ ഉറഞ്ഞുതുള്ളും

പട്ടിണിക്കാരായ ജനലക്ഷങ്ങളെ ഉദ്ധരിക്കുക നമ്മുടെ ലക്ഷ്യമായതിനാൽ അവർക്കൊരു ജീവിതം നല്കാൻ നാം ചർക്കയെ സ്വീകരിക്കുന്നു. ജനങ്ങൾ നൂൽനൂല്പിനായി സന്നദ്ധരായിരിക്കണം.

ചർക്ക വളരെക്കാലം മുമ്പുതന്നെ ഭാരതത്തിൽ ഉപയോഗത്തിലുണ്ടായിരുന്നു. മുസ്ലീം ഭരണകാലത്ത് ഡാക്കയിൽ ഉല്പാദിപ്പിക്കപ്പെട്ടിരുന്ന മസ്ലിൻ തുണി ലോകപ്രസിദ്ധമായിരുന്നു. ദാരിദ്ര്യത്തിന്റെയും നിർബ്ബന്ധജോലിയുടെയും പ്രതീകമായിരുന്നു അന്ന് ചർക്ക. താഴ്ന്ന ജാതിക്കാരെയും മറ്റും ഭരണാധികാരികൾ ഭീഷണിപ്പെടുത്തിയാണ് നെയ്ത്ത് ജോലികൾ ചെയ്യിച്ചിരുന്നത്. ഒന്നോ രണ്ടോ ചെറിയ നാണയങ്ങളും ഒരു പിടി ധാന്യവും മാത്രം ലഭിച്ച തൊഴിലാളികളായിരുന്നു. പഴയകാല നെയ്ത്തുകാരും നൂൽനൂല്പുകാരും.

ഗാന്ധിജി പക്ഷേ, ചർക്ക ഉപയോഗിക്കുന്നവരെ ഭയപ്പെടുത്തി ജോലി ചെയ്യിക്കുകയായിരുന്നില്ല. സ്വന്തം പട്ടിണി മാറ്റാനും ദേശീയമായി സ്വരാജിലേക്കുള്ള ഒരു പടി എന്ന നിലയിൽ ജനലക്ഷങ്ങൾ സ്വയം ചർക്ക തിരിക്കാൻ തയ്യാറാവുകയായിരുന്നു. ഹിംസയ്ക്കും അക്രമത്തിനും

അവിടെ ഒരു സ്ഥാനവുമില്ല.

ത്രിവർണ്ണപതാകയുടെ കാര്യവും പ്രസ്താവയോഗ്യമാണ്. ചെറിയൊരു ഖാദി തുണിയാണ് അതെങ്കിലും അതിന്റെ പിന്നിൽ ഒരു ജനതയുടെ ആശയും അഭിലാഷങ്ങളുമുണ്ട്. സ്വരാജിന്റെ പ്രതീകമാണത്. 'ദേശീയവിമോചനത്തിന്റെയും' അഹിംസയുടെയും പ്രതീകമായ ത്രിവർണ്ണ പതാകയ്ക്കുവേണ്ടി മരിക്കാനും നാം തയ്യാറാണ്. ഗാന്ധിജിക്ക് ചർക്ക അഹിംസയുടെയും പ്രതീകമാണ്.ഖാദി വ്യവസായം ഒന്നുകൊണ്ടുമാത്രം ഗ്രാമപുനർനിർമ്മാണം സാദ്ധ്യമാകുമെന്ന് ഗാന്ധിജി വിശ്വസിച്ചിരുന്നില്ല. ഗ്രാമത്തിലെ വ്യവസായങ്ങളും ഒരേപോലെ പ്രാധാന്യം കൊടുത്ത് വളർത്തിയെടുത്താൽ മാത്രമേ ഗ്രാമസ്വരാജിന് ശോഭയുണ്ടാവുകയുള്ളൂ.

മറ്റ് ഗ്രാമവ്യവസായങ്ങൾ

ഖാദിയുടെ പ്രചാരണത്തിന് സ്വദേശിപ്രസ്ഥാനത്തിൽ പ്രാധാന്യം നല്കുന്ന അവസരത്തിലും ഗാന്ധിജി മറ്റ് ഗ്രാമവ്യവസായങ്ങളെ അവഗണിക്കുകയോ അവയുടെ പ്രാധാന്യം കുറച്ചുകാണുകയോ ചെയ്യുന്നില്ല. മാത്രവുമല്ല, അവയെ പ്രോത്സാഹിപ്പിക്കുന്നില്ലെങ്കിൽ വൻകിടവ്യവസായ ഉല്പന്നങ്ങളുടെ കുത്തൊഴുക്കിൽ ചെറുകിടക്കാർ നാമാവശേഷമായേക്കാം.

ഗ്രാമത്തിലെ ചെറുകിടവ്യവസായങ്ങൾക്കും നൂറുക്കണക്കിന് തൊഴിൽ രഹിതർക്ക് തൊഴിൽ നല്കാൻ കഴിയും.

ഗ്രാമവ്യവസായങ്ങളെ സംരക്ഷിക്കുന്നതിന് നാം ചെയ്യേണ്ട ഒരു കാര്യം ഗ്രാമത്തിൽ ഉല്പാദിപ്പിക്കുന്ന വസ്തുക്കൾ മാത്രം വാങ്ങാൻ ശ്രമിക്കുക എന്നതാണ്. ചിലപ്പോൾ വൻവ്യവസായശാലകളിൽ ഉല്പാദിപ്പിക്കുന്ന വസ്തുക്കളോളം മികവ് ഗ്രാമത്തിലെ ഉല്പന്നങ്ങൾക്ക് ഉണ്ടാകണമെന്നില്ല. എങ്കിലും അതിന്റെ നിർമ്മാതാവിനെ നാം പ്രോത്സാഹിപ്പിക്കുകയും ഉല്പന്നങ്ങളുടെ മൂല്യവർദ്ധനയ്ക്ക് പ്രേരിപ്പിക്കുകയും വേണം.

മിൽത്തുണികൾ ഗ്രാമത്തിലുല്പാദിപ്പിക്കുന്ന ഖാദിയെ നിസ്സഹായമാക്കുന്നതുപോലെ ഗ്രാമങ്ങളിലെ അരികുത്തുകാരായ സ്ത്രീകൾക്കും മറ്റും ജോലി ഇല്ലാതാക്കുന്നു. വൻകിടമില്ലുകൾ കുത്തി തയ്യാറാക്കുന്ന അരിയും ഗോതമ്പും ജനങ്ങളുടെ ആരോഗ്യത്തിനുകൂടി അപകടം വരുത്തിവെക്കുന്നു. മാംസാഹാരം കഴിക്കാത്ത സാധാരണക്കാർക്ക് കുത്തരിയിൽനിന്നും (തവിട് നീക്കാത്ത) ആവശ്യമായ വിറ്റാമിൻ ലഭിക്കുന്നു. ആധുനികകാലത്ത് തവിട് നീക്കാത്ത അരിക്ക് ആരോഗ്യവിദഗ്ദ്ധർ വലിയ പ്രാധാന്യം നല്കുന്നുണ്ട്.

ഗാന്ധിജിയുടെ ദീർഘദൃഷ്ടി ഇവിടെയും പ്രസക്തമാണ്. ഗ്രാമീണ സമ്പദ്‌വ്യവസ്ഥ ഖാദിയോടൊപ്പം താങ്ങിനിർത്തിയിരുന്ന മറ്റ് ഗ്രാമവ്യവസായങ്ങളാണ് കൈകൊണ്ട് ധാന്യം പൊടിക്കൽ സോപ്പ്, പേപ്പർ, തീപ്പെട്ടി നിർമ്മാണം, തുകൽ ഊറക്കിടൽ, എണ്ണയാട്ടൽ തുടങ്ങിയവ.

ഗ്രാമ്യമനസ്സുള്ളവരായി യന്ത്രവല്കൃത വസ്തുക്കൾ, പടിഞ്ഞാറൻ വസ്തുക്കളുടെ അനുകരണങ്ങൾ എന്നിവ ഉപേക്ഷിക്കാൻ തയ്യാറായാൽ ഗ്രാമീണ വ്യവസായങ്ങൾക്ക് ഒരു പുതുജീവൻ ലഭിക്കും. ഇന്ത്യയുടെ പുനരുദ്ധാരണത്തിനും തന്മൂലം പട്ടിണി, അലസത, സാമ്പത്തിക തകർച്ച എന്നിവയെ ഇല്ലാതാക്കാനും വഴിതുറന്നു കിട്ടും.(Constructive Programme)

ഗ്രാമങ്ങളിൽ പ്രോത്സാഹിപ്പിക്കേണ്ട തൊഴിലുകളിൽ പ്രധാനപ്പെട്ടതായി ഗാന്ധിജി ചൂണ്ടിക്കാട്ടുന്നത്, കാളകളെ ഉപയോഗിച്ചുള്ള എണ്ണയാട്ടൽ (ചക്ക്) കൈകൊണ്ട് നിർമ്മിക്കാവുന്ന കടലാസ്, കൈചക്ക് (Grinding Stone) അഥവാ ആട്ടുകല്ല് തുടങ്ങിയവ. ഇതോടൊപ്പം ഗ്രാമത്തിന് പ്രത്യേക ആവശ്യങ്ങളായ തുന്നൽ പണിക്കാർ, സ്മിത്തി(തട്ടാൻ, കൊല്ലൻ) ആശാരിപ്പണി, തുകൽ പണിക്കാർ, കൃഷിക്കാർ എന്നിവരുടെയും സേവനങ്ങൾ ആവശ്യമാണ്. ഗ്രാമത്തിന്റെ മൊത്ത സുഖസൗകര്യങ്ങൾ വർദ്ധിപ്പിക്കുന്നതിന് ഗ്രാമച്ചുമതലയുള്ള വില്ലേജ് വർക്കർ ഇവരെ ഏകോപ്പിക്കുകയും ചെയ്യണം.

ഗ്രാമവ്യവസായങ്ങളെ പ്രോത്സാഹിപ്പിക്കുന്നതിന് ചെയ്യേണ്ടതെന്തെല്ലാം എന്ന ചോദ്യത്തിന് ഗാന്ധിജി ഇപ്രകാരം മറുപടി പറഞ്ഞു.

ഓരോ മനുഷ്യനും നിത്യേന ഉപയോഗിക്കുന്ന ഭക്ഷണം, വസ്ത്രം, മറ്റ് വസ്തുക്കൾ എന്നിവ പരിശോധിച്ച് അവയിൽ നഗരനിർമ്മിതമായവയ്ക്ക് പകരം ഗ്രാമനിർമ്മിതവസ്തുക്കൾ ഉപയോഗിക്കുവാൻ ശീലിക്കുക. ഈ പകരം വെക്കൽ പ്രക്രിയ നല്ലൊരു വിദ്യാഭ്യാസവും നല്ല തുടക്കവുമാണ്.

രണ്ടാമത്തെ നടപടി ഉദാഹരണത്തിന് ഇതുവരെ ഉപയോഗിച്ചുകൊണ്ടിരുന്ന ബോംബെ ഫാക്ടറിയിൽ ഉല്പാദിപ്പിച്ച ടൂത്ത് ബ്രഷിനു പകരം വില്ലേജ് ബ്രഷ് എന്നറിയപ്പെടുന്ന ബാബുൽതണ്ട് (വേപ്പിൻതണ്ട്) പാകപ്പെടുത്തി ഉപയോഗിക്കുവാൻ തുടങ്ങുക. ടൂത്ത് പൗഡർ നഗരത്തിൽ നിർമ്മിച്ചതിനുപകരം ഉപ്പും ചാരവും ഉപയോഗിക്കൽ, മിൽത്തുണിക്ക് പകരം ഗ്രാമത്തിൽ നെയ്ത് ഖാദി വസ്ത്രം മിൽ കുത്തരിക്കുപകരം ഗ്രാമത്തിലെ കൈക്കുത്തരി പഞ്ചസാരയ്ക്കുപകരം ഗ്രാമത്തിലെ "ഗുർ" (ശർക്കര) എന്നിവ ശീലമാക്കുന്നു.

ആദർശഗ്രാമത്തിൽ ഡയറി ഫാമുകൾ ഉണ്ടാകണമെന്നും ഗാന്ധിജി ആഗ്രഹിച്ചു. അൻപതുമുതൽ നൂറ് ഏക്രവരെ വിസ്തീർണ്ണമുള്ള വിശാലമായ ഗോശാലകൾ ഉണ്ടാകണമെന്നും പാൽ ഉല്പന്നങ്ങൾ എല്ലാവർക്കും വേണ്ടുന്നത്ര ഉല്പാദിപ്പിക്കണമെന്നും കൂടാതെ ചത്ത കന്നുകാലികളുടെ തോൽ തുകൽ ഉല്പന്നങ്ങൾക്കായി ഉപയോഗിക്കാമെന്നും പറഞ്ഞു. ലാഭേച്ഛ കൂടാതെ ഇന്ത്യ മുഴുവൻ ഇത്തരം ഡയറിഫാമുകൾ ഉണ്ടാകുന്നത് ഹിന്ദുമതത്തിന് പശുക്കളോടുള്ള ആദരവിന് ഉദാഹരണമാക്കാം.

രാജ്യത്ത് പഞ്ചസാര ഫാക്ടറികൾ വർദ്ധിച്ചുവരുന്ന സാഹചര്യത്തിൽ ഗാന്ധിജിക്ക് നിർദ്ദേശിക്കാനുണ്ടായിരുന്നത് പഞ്ചസാരയ്ക്കു

പകരം പനയിൽനിന്ന് ശർക്കര എടുത്ത് ഉപയോഗിക്കാനാണ്.

തേനീച്ചവളർത്തൽ ഗാന്ധിജിയുടെ ശ്രദ്ധ ആകർഷിച്ച ഗ്രാമീണ വ്യാപാരമാണ്, ധനികർക്ക് ഇതൊരു ഹോബിയായി സ്വീകരിച്ച് തേൻ ഉല്പാദിപ്പിച്ച് രോഗബാധിതരായ ഹരിജൻ കുട്ടികൾക്ക് നല്കുന്നത് നല്ലൊരു സേവനമായിരിക്കും. തേൻ ആരോഗ്യത്തിന് ഒരു അത്യാവശ്യ വസ്തുവാണ്.

ചത്ത കന്നുകാലികളുടെ തോൽ ഉരിച്ചെടുത്ത് ഊറയ്ക്കിടുന്നതും ഗ്രാമവ്യാപാരങ്ങളിൽ പ്രധാനമാണ്. ഓരോ വർഷവും 9 കോടി രൂപ വിലമതിക്കുന്ന തോൽ ഇന്ത്യയിൽനിന്നും കയറ്റുമതി ചെയ്യുന്നുണ്ട്. പിന്നീട് തുകൽ ഉല്പന്നങ്ങളായി അത് ഇന്ത്യയിലേക്കുതന്നെ തിരിച്ചെത്തുന്നു. ഊറയ്ക്കിടൽ കെമിക്കലുകൾ ഉപയോഗിച്ച് ചെയ്യുന്ന സങ്കീർണ്ണമായ പ്രവൃത്തിയാണ്. ഇന്ത്യയിലെ കെമിസ്റ്റുകൾ ഈ രാസവിദ്യ പഠിക്കുകയാണെങ്കിൽ നമ്മുടെ ഗ്രാമങ്ങളിൽ അത് നല്ലൊരു വ്യവസായ സാദ്ധ്യതയായിരിക്കും എന്നും ഗാന്ധിജി രേഖപ്പെടുത്തുന്നു.

മൃഗങ്ങളുടെ എല്ലുകളും വളമാക്കാൻ ഉപയോഗിക്കാം. ഗ്രാമങ്ങളിൽ ഇതിനെല്ലാമുള്ള സാങ്കേതികവിദ്യ തികഞ്ഞ സ്വദേശി പ്രേമികളായ സാങ്കേതികവിദഗ്ദ്ധർ കണ്ടെത്തുമെന്നും ഗാന്ധിജി പ്രത്യാശിച്ചു.

ഇന്ത്യയിലെ 7,00,000 ഗ്രാമങ്ങളെ സ്നേഹിക്കുന്നവർ ഗ്രാമങ്ങളിൽ ഉണ്ടാക്കുന്ന സോപ്പും, കൈകൊണ്ട് നിർമ്മിക്കുന്ന കടലാസും, എഴുത്ത് മഷിയും മാത്രമേ ഉപയോഗിക്കുകയുള്ളൂ.

ഗാന്ധിജി സ്വന്തം ആവശ്യത്തിന് തെനാലിയിൽ നിർമ്മിക്കുന്ന മഷിയാണ് ഉപയോഗിച്ചിരുന്നത്.

ഗ്രാമത്തിൽ ഉപയോഗിക്കുന്നതിന് മോട്ടോർ വാഹനത്തേക്കാൾ നല്ലത് കാളവണ്ടിയാണ് എന്ന് ചെലവിന്റെ അടിസ്ഥാനത്തിൽ ഗാന്ധിജി തീരുമാനിക്കുകയുണ്ടായി. കാളകളെ നന്നായി സംരക്ഷിക്കണമെന്നും മാതൃകാഗ്രാമത്തിൽ മാതൃകാ കന്നുകാലികൾ വേണമെന്നും അദ്ദേഹം ആഗ്രഹിച്ചു.

ഗാന്ധിജിയുടെ മാതൃകാഗ്രാമത്തിൽ കറൻസിക്ക് സ്ഥാനമില്ല. അദ്ധ്വാനമാണ് നാണയം. അദ്ധ്വാനംകൊണ്ട് തുണിയും ധാന്യവും ഉണ്ടാക്കുന്നു. ധാന്യം കൊടുത്ത് മണ്ണെണ്ണ വാങ്ങുന്നു. ഒരർത്ഥത്തിൽ പഴയ ബാർട്ടർ സമ്പ്രദായത്തിന്റെ ഒരു പുനരാവിഷ്കാരം മാതൃകാഗ്രാമത്തിൽ കാണാം. ഖാദി ലഭിക്കുന്നതും നൂല് പകരം നല്കിയാണ്. ലോഹനാണയങ്ങളേക്കാൾ മൂല്യം അദ്ധ്വാനത്തിന് നല്കുന്ന ഗാന്ധിയൻ ആദർശലോകത്ത് അദ്ധ്വാനമില്ലാത്തിടത്ത് പണം തീരം വിലയില്ലാത്തതാണ്.

അദ്ധ്വാനം സന്നദ്ധപ്രവർത്തനമാകുമ്പോൾ പണം പകരം നല്കേണ്ടതില്ല. നികുതി പിരിക്കുകയോ കണക്കുകൾ സൂക്ഷിക്കുകയോ ആവശ്യമായിവരുന്നില്ല.

ഗ്രാമശുചീകരണം

ഗാന്ധിയൻ ഗ്രാമദർശനത്തിൽ പ്രഥമസ്ഥാനം വഹിക്കുന്നതാണ് ഗ്രാമശുചീകരണം. ഗാന്ധിദർശനത്തിൽ എല്ലാവരും കർമ്മനിരതരും ഏതുജോലിയും ചെയ്യാൻ മടിയില്ലാത്തവരുമായിരിക്കണം. പഞ്ചായത്ത് രാജിനെക്കുറിച്ചുള്ള ഗാന്ധിജിയുടെ ആശയങ്ങളിലും പഞ്ചായത്ത് ഗ്രാമ ശുചീകരണം, ആരോഗ്യപരിപാലനം, അടിസ്ഥാനവിദ്യാഭ്യാസം, കുടി വെള്ളം, അധസ്ഥിതരുടെ സ്ഥിതി മെച്ചപ്പെടുത്തൽ എന്നിവ പഞ്ചായ ത്തിന്റെ പ്രധാന ഉത്തരവാദിത്വങ്ങളിൽപ്പെട്ടതാണ്.

വ്യക്തികൾ ചേർന്നു കുടുംബവും കുടുംബങ്ങൾ ചേർന്നു ഗ്രാമവും ഉണ്ടാകുമ്പോൾ ശുചീകരണം വ്യക്തികളിൽനിന്നുതുടങ്ങി ഗ്രാമങ്ങളിലെ ത്തിനില്ക്കണം. ബുദ്ധിയും പ്രയത്നവും വേർപിരിയുമ്പോൾ ഗ്രാമകാ ര്യങ്ങളിൽ കുറ്റകരമായ അനാസ്ഥയുണ്ടാകുന്നു. അതിനാൽ ആകർഷ കത്വമുള്ള കുടിലുകൾ നിരന്നുനില്ക്കേണ്ട ഗ്രാമപ്രദേശം ചാണകക്കു ണ്ടുകളാൽ നിറഞ്ഞിരിക്കുന്നു.

മിക്ക ഗ്രാമങ്ങളിലേക്കും കടന്നുചെല്ലുമ്പോൾ കണ്ണ് അടച്ച് മൂക്ക് പൊത്തിപിടിക്കേണ്ടിവരാറുണ്ട്. അഴുക്കും ദുർഗ്ഗന്ധങ്ങളും നമ്മെ മടു പ്പിക്കുന്നു. ഗ്രാമങ്ങളിലുള്ള രാഷ്ട്രീയപ്രവർത്തകർപോലും ഗ്രാമങ്ങൾ ശുചിയായി വെക്കുന്നതിൽ ശ്രദ്ധ പതിപ്പിക്കുന്നില്ല. ദേശത്തെ ശുചീക രിച്ച് വെടിപ്പാക്കി നിർത്തുക എന്ന സദ്ഗുണം നമുക്കില്ല. നാം കുളിക്കു മ്പോഴും കിണർ, കുളം അല്ലെങ്കിൽ നദിയുടെ തീരം അശുദ്ധമാക്കാതി രിക്കാൻ ശ്രദ്ധിക്കാറില്ല. ഇത് വലിയൊരു ദൂഷ്യമോ, തിന്മയോ ആണ്. നമ്മുടെ ഗ്രാമങ്ങളുടെ ഇന്നത്തെ ദയനീയസ്ഥിതിയും ശുചീകരണമി ല്ലായ്മ കൊണ്ടുണ്ടാകുന്ന രോഗങ്ങളും നമ്മുടെ വീഴ്ച തന്നെയാ ണ്(Constructive programme).

ഗ്രാമങ്ങളിൽ പ്രധാന ശുചീകരണപ്രവർത്തി കുളങ്ങളും കിണറുകളും ശുചീകരിക്കുക, ചാണകം കൂട്ടിയിട്ടിരിക്കുന്നത് നീക്കുക, എന്നിവയാണ്. ഇത്തരം പ്രവർത്തികളിൽ ഏർപ്പെടുന്നവർ ദിവസേന ജോലികളിൽ മുഴുകുമ്പോൾ മറ്റ് ഗ്രാമീണർ ഇതിൽ പങ്കാളികളാവും എന്ന പ്രതീക്ഷ പുലർത്തുന്നു. ചിലപ്പോൾ മുഴുവൻ ജോലിയും അവർ ചെയ്യുന്നു. പക്ഷേ, ഗ്രാമീണർ ഉടനെയോ അല്ലെങ്കിൽ കുറച്ചു കഴിഞ്ഞോ അതിൽ ഭാഗഭാക്കാവും എന്ന കാര്യം അവർക്ക് ഉറപ്പാക്കാം.

ഗ്രാമവീഥികളും റോഡുകളും വൃത്തിയായി സൂക്ഷിക്കണം. അവിടെ കണ്ടുവരുന്ന അഴുക്കുകളെ വളമാക്കി മാറ്റാവുന്ന ജൈവമാലിന്യം എല്ലുകൾ പോലെയുള്ള അജൈവമാലിന്യം എന്നിങ്ങനെ തരം തിരിക്കാം. ജൈവമാലിന്യങ്ങൾ വളമായും എല്ലുകൾ ബട്ടണുകൾ കൈപ്പിടി വളം എന്നിവയുടെ നിർമ്മാണത്തിനുള്ള അസംസ്കൃതവസ്തുവാണ്. കീറതുണിയും കടലാസ് കഷ്ണങ്ങളും പേപ്പർ നിർമ്മാണത്തിനും വിസർജ്ജ്യവസ്തുക്കൾ (മനുഷ്യവിസർജ്ജ്യം അടക്കം) ഗ്രാമവയലുകളിൽ വളമായും ചേർക്കാം.

ഗ്രാമങ്ങളിലെ കുളങ്ങൾ വിവിധ ഉപയോഗങ്ങൾക്കുള്ളതാണ്. സ്നാനത്തിനും, തുണികൾ അലക്കുന്നതിനും ചിലപ്പോൾ കുടിവെള്ളമായും പാചകത്തിനും ഉപയോഗിക്കുന്നു. ഗ്രാമത്തിലെ കുളങ്ങൾ ചിലപ്പോൾ കന്നുകാലികൾ ദാഹജലത്തിനായി തേടിയെത്തുന്നു. പോത്തുകൾ ചിലപ്പോൾ അതിൽ മുങ്ങിക്കിടക്കും. ഗാന്ധിജിയെ അത്ഭുതപ്പെടുത്തിയത് ഇത്രയും പാപകരമായ ദുരുപയോഗങ്ങൾ നടന്നിട്ടും പകർച്ച വ്യാധികളാൽ ഗ്രാമം നശിപ്പിക്കപ്പെടുന്നില്ലെന്നതാണ്. സാർവ്വദേശീയമായ മെഡിക്കൽ അവലോകനങ്ങളിൽ ഗ്രാമത്തിലെ ജലസ്രോതസ്സുകളുടെ മലിനീകരണം പല രോഗങ്ങൾക്കും വാതിൽ തുറക്കുന്നുവെന്ന് കാണാം. (*ഹരിജൻ* 8.2.35)

മാനവരാശിയുടെ പൊതുവായ നന്മയ്ക്കും നിലനില്പിനും വേണ്ടി നാം ശുചീകരണ പ്രവർത്തനങ്ങളിൽ ഇടപെടണം. പ്രശ്നപരിഹാരം എളുപ്പമാണ്. ശുചീകരണ തല്പരരായവർ ചൂലും മൺവെട്ടിയും കൈയിലെടുത്ത് പേനയും പെൻസിലും ഉപയോഗിക്കുന്ന ലാഘവത്തോടെ പ്രവർത്തനം തുടങ്ങുക. ഇതിനുവേണ്ടിവരുന്ന ചിലവ് വളരെ നിസ്സാരമാണ്. ആകപ്പാടെ വേണ്ടുന്ന വസ്തുക്കൾ ഒരു ചൂൽ, കൊട്ട, മൺവെട്ടി, പിക് ആക്സ്, കൂടാതെ ഏതെങ്കിലും അണുനാശിനിയും.

ഗാന്ധിജിക്ക് വൻ കമ്പനികൾ നിർമ്മിക്കുന്ന അണുനാശിനിയെക്കാളും പ്രിയവും ഫലപ്രദവും വരണ്ടചാരം (Dry ashes) ആണ്. ജനക്ഷേമതല്പരരായ കെമിസ്റ്റുകളോട് ഗാന്ധിജി ഒരഭ്യർത്ഥനയും നടത്തി. അതായത് ഗ്രാമശുചീകരണത്തിന് അനുയോജ്യമായതും ഫലവത്തും ചിലവുകുറഞ്ഞതുമായ ഒരു അണുനാശിനി നിർദ്ദേശിക്കുവാൻ (*ഹരിജൻ* 8.2.35)

ശുചീകരണ പ്രവർത്തനങ്ങളിൽ ഗാന്ധിജി പ്രകടിപ്പിച്ച വ്യഗ്രതയും

ശുഷ്കാന്തിയും ഇന്നും പ്രസക്തമാണ്. ഗ്രാമശുചീകരണത്തിന്റെ അപര്യാപ്തതകൊണ്ട് നിരവധി പകർച്ചവ്യാധികൾക്ക് നമ്മുടെ നാട്ടുകാർ ഇന്നും വശംവദരാകുന്നുണ്ട്.

നാം ഓരോരുത്തരും ചൂൽ കൈയിലെടുത്ത് പ്രസന്നതയോടെ പ്രവർത്തിച്ചാൽ തീരുന്ന ഒരു പ്രശ്നമാണ് ശുചീകരണം. പക്ഷേ, എത്ര പേർ അതിനു തയ്യാറാകും എന്നതും വലിയ പ്രശ്നമാണ്. നാം ഓരോരുത്തരും എല്ലാവർക്കും വേണ്ടി പ്രവർത്തിക്കുക എന്ന തത്ത്വമാണ് ഇവിടെ പ്രാവർത്തികമാക്കേണ്ടത്.

ഗാന്ധിജിയുടെ ഗ്രാമസ്വരാജ് ദർശനങ്ങളിൽ ഏറ്റവും പ്രധാനപ്പെട്ടതും ഗ്രാമശുചീകരണമാണ്. പ്രവർത്തിക്കുക അല്ലെങ്കിൽ മരിക്കുക എന്ന ഗാന്ധിയൻ സൂക്തം (Do or Die) ഇവിടെയും പ്രസക്തം തന്നെ.

ഗ്രാമീണ ആരോഗ്യവും ആരോഗ്യശാസ്ത്രവും

ഗാന്ധിയൻ പുനരുദ്ധാരണ പ്രവർത്തനങ്ങളിൽ ആരോഗ്യത്തിനും ആരോഗ്യശാസ്ത്രത്തിനും വലിയ പ്രാധാന്യം കൊടുത്തതായി കാണാം. എന്താണ് ആരോഗ്യം എന്ന ചോദ്യം അദ്ദേഹം ഉയർത്തുന്നുണ്ട്. രോഗത്തിന്റെ അഭാവമാണ് ആരോഗ്യം. ദേഹസുഖമാണ് ആരോഗ്യം. ആരോഗ്യത്തിനുള്ള വഴികളെക്കുറിച്ചും (Key to Health) ഗാന്ധിജി ദീർഘമായി ഉപന്യസിച്ചിട്ടുണ്ട്. സാധാരണ പ്രവർത്തികൾ ക്ഷീണം കൂടാതെ നിർവ്വഹിക്കുന്ന ആൾ ആരോഗ്യവാനാണെന്ന് അദ്ദേഹം നിരീക്ഷിച്ചു. പത്തു മുതൽ പന്ത്രണ്ട് മൈൽ ദൂരം ഒരുദിവസം അനായാസേന നടക്കുവാൻ ആരോഗ്യവാന് കഴിയും. സാധാരണ ഭക്ഷണം എളുപ്പത്തിൽ ദഹിക്കുകയും മനസ്സും വികാരങ്ങളും സന്തുഷ്ടിയോടെ നിലനിർത്താനും അയാൾക്ക് കഴിയും.

ആധുനിക സമൂഹത്തിൽ ആരോഗ്യം സൂക്ഷിക്കാനും ആരോഗ്യ പരിപാലന ശാസ്ത്രം മനസ്സിലാക്കാനും എല്ലാവർക്കും കഴിയും. അജ്ഞതയും അലംഭാവവും ആരോഗ്യ പരിപാലനത്തിൽ പുലർത്തുന്നവർക്ക് നിരവധി രോഗങ്ങൾ പിടിപെടുന്നു.

മനുഷ്യരുടെ ദാരിദ്ര്യാവസ്ഥ മരണനിരക്ക് കൂടുന്നതിന് ഒരു കാരണമാണെങ്കിലും അവർക്ക് ആരോഗ്യസംരക്ഷണത്തിനുള്ള വിദ്യാഭ്യാസം നല്കുകയാണെങ്കിൽ മരണനിരക്ക് വളരെ കുറയ്ക്കാം. ആരോഗ്യമുള്ള ശരീരത്തിൽ ആരോഗ്യമുള്ള മനസ്സ് (Healthy Mind in a Healthy Body) എന്ന തത്ത്വം മാനവരാശി ആചരിക്കേണ്ടുന്ന ആദ്യനിയമമായി ഗാന്ധിജി കണ്ടു. മനസ്സും ശരീരവും തമ്മിലുള്ള ബന്ധം സുവിദിതം.

ആരോഗ്യമുള്ള മനസ്സുള്ളവർ എല്ലാ ഹിംസയേയും അകറ്റിനിർത്തുമെന്നും ആരോഗ്യശാസ്ത്രപ്രകാരം ജീവിക്കുന്നവർക്ക് അനായാസം

ആരോഗ്യമുള്ള ശരീരമുണ്ടാകുമെന്നും ഗാന്ധിജി വിശ്വസിച്ചു.

ഗാന്ധിജി തുടർന്ന് പറയുന്നത് ശ്രദ്ധിക്കൂ.

ആരോഗ്യശാസ്ത്രത്തിന്റെ അടിസ്ഥാന തത്ത്വങ്ങളെല്ലാം വളരെ ലളിതവും എളുപ്പത്തിൽ ഗ്രഹിക്കാവുന്നതുമാണ്. പക്ഷേ, അവയുടെ പാലനം അത്ര എളുപ്പമല്ല. ആരോഗ്യത്തിന്റെ അടിസ്ഥാനതത്ത്വങ്ങൾ അദ്ദേഹം ഇപ്രകാരം പ്രസ്താവിച്ചു.

1. നമ്മുടെ ചിന്ത ശ്രേഷ്ഠവും അലസതയുടെ ദുഷ്ചിന്തകൾ അകറ്റിയും നിർത്തണം.
2. നിത്യേന ശുദ്ധവായു ശ്വസിക്കുക.
3. ശാരീരികവും മാനസികവുമായ പ്രവർത്തികളിൽ തുല്യത നില നിർത്തണം.
4. നിവർന്നുനില്ക്കുക, ഇരിക്കുക
5. നമ്മുടെ എല്ലാ പ്രവർത്തികളിലും മനസ്സിന്റെ ആന്തരികശാന്തതയും ശുദ്ധിയും പുലർത്തുക.
6. ജീവിക്കുവാൻവേണ്ടി മാത്രം ഭക്ഷണം. ഭക്ഷണത്തിനുവേണ്ടി ജീവിതമല്ല. നാം കഴിക്കുന്ന ഭക്ഷണമാണ് നമ്മെ നാമാക്കുന്നത്.
7. ജലം, ഭക്ഷണം, വായു എന്നിവയും വ്യക്തിശുചിത്വംപോലെ ശുദ്ധിയുള്ളതായിരിക്കണം.
8. പരിസരശുചിത്വവും പ്രാധാന്യമർഹിക്കുന്നു.

പ്രകൃതി ചികിത്സ

ഗാന്ധിജിയെ സംബന്ധിച്ചിടത്തോളം വ്യക്തിപരവും കുടുംബപരവും ഗ്രാമമാകെയും ഉള്ള ശുചിത്വം പാലിക്കുകയും ഭക്ഷണത്തിലും വ്യായാമത്തിലും ശ്രദ്ധിക്കുകയും ചെയ്യുന്ന വ്യക്തിക്ക് ഒരു അസുഖമോ രോഗമോ ഉണ്ടാവാൻ സാദ്ധ്യതയില്ല.ഗ്രാമീണർക്ക് പരമമായ ഈ സത്യം മനസ്സിലാക്കാൻ കഴിഞ്ഞാൽ അവർക്ക് ഡോക്ടർ, ഹക്കീം, വൈദ്യർ എന്നിവരുടെ ആവശ്യം ഉദിക്കുന്നില്ല.

പ്രകൃതിചികിത്സ എന്നാൽ ആദർശപരമായ ഒരു ജീവിതരീതിയും ആദർശപരമായ ജീവിതസാഹചര്യങ്ങളിൽ, (അത് നഗരത്തിലായാലും ഗ്രാമത്തിലായാലും) മാത്രം സാദ്ധ്യമാകുന്ന ഒരു ചികിത്സാക്രമമാണ്. പ്രകൃതി ചികിത്സയിൽ വലിയ ചികിത്സാസന്നാഹങ്ങളോ മുന്നൊരുക്കങ്ങളോ ഇല്ല. ദൈവനാമം കേന്ദ്രബിന്ദുവായി തിരിഞ്ഞുകൊണ്ടിരിക്കുന്ന രീതിയാണ് പ്രകൃതിചികിത്സയിൽ അനുഷ്ഠിക്കുന്നത്.

പ്രകൃതി ചികിത്സകർക്ക് ഉയർന്ന അക്കാദമിക ബിരുദങ്ങളോ ബുദ്ധിവൈഭവമോ ആവശ്യമില്ല. ലാളിത്യമാണ് ഇതിന്റെ സാർവ്വദേശീയത. ജനലക്ഷങ്ങളുടെ നന്മയ്ക്കുവേണ്ടി യത്നിക്കുന്ന പ്രകൃതി ചികിത്സയ്ക്ക് വലിയ ബുദ്ധിശക്തിയും ആവശ്യമില്ല.

ഇന്ത്യയിലെ ഏഴുലക്ഷം ഗ്രാമങ്ങളിലാണ് ജനങ്ങൾ ജീവിക്കുന്നത്. അറിയപ്പെടാത്ത ചിലവ വെറും കുഗ്രാമങ്ങളാണ്. ചിലതിൽ ജന

സംഖ്യയും വളരെ കുറവ്. ഗാന്ധിജി ആഗ്രഹിച്ചത് അങ്ങനെയുള്ള ഒരു ഗ്രാമത്തിൽ സ്ഥിരമായി വസിക്കണം എന്നാണ്. അങ്ങനെയുള്ള യഥാർത്ഥ ഇന്ത്യക്കുവേണ്ടിയാണ് അദ്ദേഹം ജീവിച്ചത്. ഈ കുഗ്രാമത്തിലെ എളിമയുള്ള ജനങ്ങളിലേക്ക് ഉയർന്ന വിദ്യാഭ്യാസയോഗ്യതയുള്ള ഡോക്ടർമാരെ ആധുനിക സംവിധാനങ്ങളുമായി കൊണ്ടുപോകാൻ കഴിയില്ല. ഗാന്ധിജിയുടെ അഭിപ്രായത്തിൽ അവർക്ക് കരണീയം ലളിതമായ പ്രകൃതി നല്കുന്ന രോഗപ്രതിരോധവും രാമനാമജപവും മാത്രം.

പ്രകൃതി ചികിത്സാസമ്പ്രദായം ഏറ്റവും ചെലവുകുറഞ്ഞതും ഏറ്റവും ലളിതവുമാണ്. ഗ്രാമങ്ങളിൽ ആ ചികിത്സയാണ് അഭികാമ്യം എന്നതായിരുന്നു ഗാന്ധിയൻ ആദർശം. ഗ്രാമീണർക്ക് തന്നെ ചികിത്സയ്ക്കുവേണ്ട കാര്യങ്ങളും ഉപകരണങ്ങളും സംഘടിപ്പിക്കാൻ കഴിയും. ഗ്രാമങ്ങളിൽ നിന്ന് ലഭിക്കാത്തവ പുറത്തുനിന്നു ശേഖരിക്കാം.

പ്രകൃതി ചികിത്സയ്ക്ക് വിധേയമായവർക്ക് അവരുടെ ജീവിതത്തെ സംബന്ധിച്ച കാഴ്ചപ്പാട് തന്നെ മാറിയിരിക്കും. കാരണം ആരോഗ്യപരമായ രീതിയിൽ അവരുടെ ജീവിതനിയന്ത്രണം വരുത്താൻ അവർ സന്നദ്ധരാകുന്നു.

ആസ്പത്രിയിൽനിന്ന് മരുന്ന് വാങ്ങിക്കഴിക്കുന്നതുപോലെയല്ല പ്രകൃതി ചികിത്സ. സ്വയം ചികിത്സ നല്കുന്നത് സ്വബഹുമാനം വർദ്ധിപ്പിക്കുന്നു. സ്വയം നടപടികളിലൂടെ ശരീരത്തിലെ വിഷാംശം നീക്കാനും വീണ്ടും അവ ശരീരത്തിൽ പ്രവേശിക്കാതിരിക്കാനും ആ വ്യക്തി ശ്രദ്ധ ചെലുത്തും.

ഗാന്ധിജി വിഭാവനം ചെയ്ത പ്രകൃതി ചികിത്സയിൽ മൈക്രോസ്കോപ്പ്, എക്സ്റേ തുടങ്ങിയ ആവശ്യമില്ല. ക്വയിനൈൻ(പനി മരുന്ന്), പെനിസിലിൻ (ആന്റിബയോട്ടിക്) തുടങ്ങിയ മരുന്നുകൾ ഉപയോഗിക്കുന്നില്ല. വ്യക്തിശുചിത്വം, ആരോഗ്യ സംരക്ഷണം എന്നിവയ്ക്കാണ് പ്രാധാന്യം. ഇതു രണ്ടും ഉണ്ടായാൽത്തന്നെ പ്രകൃതിരീതിയിൽ രോഗപ്രതിരോധം നടത്താം. രോഗം ശരീരത്തിൽ പ്രവേശിക്കുകയുമില്ല.

പ്രകൃതി ചികിത്സകൾ ഭൂമി, വെള്ളം, ആകാശം, അഗ്നി, വായു എന്നീ പഞ്ചഭൂതങ്ങളെ മാത്രമാണ് ആശ്രയിക്കുന്നത്. പഞ്ചഭൂതങ്ങളുടെ ശരിയായ ഉപയോഗത്തിലൂടെ ആരോഗ്യസംരക്ഷണം നടത്താനാണ് ഗാന്ധിജി ഗ്രാമീണരോട് ആവശ്യപ്പെട്ടത്. ചില ഔഷധച്ചെടികളുടെ ഉപയോഗവും ആവശ്യമെങ്കിൽ ആകാം. പൂർണ്ണമായ ഡയറ്റ്, പ്രകൃതി ചികിത്സയുടെ അവിഭാജ്യഘടകമാണ്. ഭക്ഷണബാധിതരായ ഗ്രാമീണരാണ് ഇന്ന് കൂടുതലും.

പുതിയ പച്ചക്കറികൾ, ഫലവർഗ്ഗങ്ങൾ, പാൽ തുടങ്ങിയവയുടെ ഉല്പാദനം വർദ്ധിപ്പിക്കാനും ശ്രമിക്കണം. പ്രകൃതി ചികിത്സയുടെ ഒരു ഭാഗം തന്നെയാണ് ഇത്. എല്ലാ ഗ്രാമീണർക്കും ഇതിന്റെ നേട്ടം ലഭിക്കും. ഒടുവിൽ ഇന്ത്യ ഒട്ടാകെ ഈ മാതൃക സ്വീകരിക്കാം.

പ്രകൃതിചികിത്സയുടെ രോഗശാസ്ത്രം അടിസ്ഥാനപ്പെടുത്തിയിരി

ക്കുന്നത് ശരീരം രൂപപ്പെടുത്തിയ പഞ്ചഭൂതങ്ങളിൽ തന്നെയാണ്.

അതിൽ ഏറ്റവും പ്രധാനപ്പെട്ടത് ഭൂമി തന്നെയായതിനാൽ ഗാന്ധിജി ഒരു പരീക്ഷണത്തിനൊരുങ്ങി. മലബന്ധത്തിന് മണ്ണ് കുഴച്ച് ലേപന ഔഷധമാക്കി നേരിയ തുണിയിൽ കെട്ടി കീഴ്‌വയറ്റിൽ വെക്കലായിരുന്നു അത്. പരീക്ഷണം തൃപ്തികരമായിരുന്നുവെന്ന് ഗാന്ധിജി രേഖപ്പെടുത്തുന്നു. (Key to Health)

തലവേദന ശമിപ്പിക്കുന്നതിനും ഗാന്ധിജി ഇതേമാർഗ്ഗം തന്നെ നിരവധി ആളുകൾക്ക് ഉപദേശിച്ചിരുന്നു. ചെറിയ വ്രണങ്ങൾക്കും പൊട്ടാസ്യം പെർമാംഗനേറ്റ് ലായനിയിൽ ശുദ്ധീകരിച്ച മണ്ണ് ശീലയിൽ കെട്ടി ലേപന ഔഷധമായി ഉപയോഗിച്ചു. പനിക്കും ഇതേ മണ്ണ് തന്നെ നിരവധി ആളുകൾക്ക് ഉപദേശിച്ചിരുന്നു. ചെറിയ വ്രണങ്ങൾക്കും പൊട്ടാസ്യം പെർമാംഗനേറ്റ് ലായനിയിൽ ശുദ്ധീകരിച്ച ശീലയിൽ കെട്ടി ലേപന ഔഷധമായി ഉപയോഗിച്ചു. പനിക്കും ഇതേ മണ്ണ് ചികിത്സ ഫലപ്രദമായി ഗാന്ധിജി നിർദ്ദേശിച്ചിരുന്നു.

ചികിത്സയ്ക്ക് ഉപയോഗിക്കുന്ന മണ്ണ് ശുദ്ധീകരിക്കേണ്ട വിധവും ഗാന്ധിജി നിർദ്ദേശിക്കുന്നുണ്ട്. ഉണക്കി, പൊടിച്ച്, ചൂടാക്കി അണുവിമുക്തമാക്കാനും പറയുന്നുണ്ട്.

ജലചികിത്സയും പ്രകൃതിചികിത്സയുടെ ഒരു ഭാഗമാണ്. ഗാന്ധിജിയെ ഈ മാർഗ്ഗത്തിലേക്ക് ആകർഷിച്ചത് ക്യൂനി എന്ന പ്രകൃതി ചികിത്സകനായിരുന്നു. ഹിപ്ബാത്ത്, സിറ്റ്സ് ബാത്ത് എന്നിവയാണ് ജല ചികിത്സയിൽ പ്രധാനം. ഉയർന്ന പനി കുറച്ചുകൊണ്ടുവരാൻ ജലചികിത്സ ഉപകരിക്കുമെന്നാണ് ഗാന്ധിജിയുടെ അഭിപ്രായം.

നനഞ്ഞ തുണി(Wet Sheet Packs) ചികിത്സ ചൂടുകുരു, ചർമ്മ രോഗങ്ങൾ മീസിൽസ്, വസൂരി തുടങ്ങിയവയ്ക്ക് ഗാന്ധിജി നിർദ്ദേശിച്ചിരുന്നു. ശരീരവേദനകളുടെ ശമനത്തിന് ചൂടുവെള്ളം ചികിത്സയും നിലവിലുണ്ടായിരുന്നു. ആവിയുടെ രോഗശമനത്തിനായുള്ള ഉപയോഗവും ഫലപ്രദമാണ്.

ആരോഗ്യസംരക്ഷണത്തിൽ ആകാശവും വലിയ പങ്ക് വഹിക്കുന്നു. ആകാശത്തിനും നമുക്കിടയിൽ യാതൊന്നുമില്ലെങ്കിൽ ആരോഗ്യത്തിന് വളരെ ഗുണപ്രദം എന്നതാണ് ഗാന്ധിജിയുടെ കാഴ്ചപ്പാട്.

തുറസ്സായ സ്ഥലത്ത് കിടന്നുറങ്ങുന്നതും (തണുപ്പും മഞ്ഞും ഇല്ലാത്തപ്പോൾ) നല്ല ആരോഗ്യശീലമായി ഗാന്ധിജി കണക്കാക്കുന്നു. ആകാശത്തെക്കുറിച്ച് വിവരിക്കുമ്പോഴാണ് ഗാന്ധിജി നാം വല്ലപ്പോഴും നിരാഹാരം (Fast) അനുഷ്ഠിക്കണമെന്ന് സൂചിപ്പിക്കുന്നത്. മുഴുവൻ ദിനം നിരാഹാരം അനുഷ്ഠിക്കാൻ വിഷമമാണെങ്കിൽ ചില നേരങ്ങളിൽ ഒഴിവാക്കുന്നത് ഗുണം ചെയ്യും. പ്രകൃതി ഒരു ശൂന്യത ആവശ്യപ്പെടുന്നുവെന്ന് നമ്മെ ചൂഴ്ന്ന് നില്ക്കുന്ന ആകാശത്തിനെ ഉദാഹരണമായി ഗാന്ധിജി പറയുകയുണ്ടായി.

പഞ്ചഭൂതങ്ങളിലെ അടുത്ത ഘടകമായ സൂര്യനും പ്രകൃതിചികി

ത്സാക്രമത്തിൽ വലിയ സ്ഥാനമുണ്ട്. പ്രഭാതസൂര്യകിരണങ്ങൾ ശരീരത്തിൽ പതിപ്പിക്കുന്നത് രക്തഓട്ടത്തെ വർദ്ധിപ്പിക്കുകയും ഒരു ജനറൽ ടോണിക്കിന്റെ ഉത്തേജനം നല്കുമെന്നും ഗാന്ധിജി പറയുന്നു.

സൂര്യസ്നാനംകൊണ്ട് ആരോഗ്യം വീണ്ടെടുത്ത നിരവധിപേരെക്കുറിച്ച് ഗാന്ധിജിക്ക് അറിയാമായിരുന്നു. ക്ഷയരോഗത്തിന് ഉത്തമപ്രതിവിധിയായും ഇത് കണക്കാക്കപ്പെടുന്നു.

പഞ്ചഭൂതങ്ങളിലെ അവസാനത്തെ ഘടകമായ വായു മറ്റുള്ളവയെപ്പോലെ തുല്യപ്രാധാന്യം ഉള്ളതാണ്. പഞ്ചഭൂതങ്ങളാൽ നിർമ്മിതമായ ശരീരത്തിന് എല്ലാ ഭൂതങ്ങളും ആവശ്യമാണ്. തുറസ്സായ സ്ഥലങ്ങളിൽ നിന്ന് ശുദ്ധവായു ശ്വസിക്കുവോളം ആരോഗ്യപ്രദമായ വേറൊന്നുമില്ല.

പ്രകൃതിചികിത്സയിൽ ഗാന്ധിജി അടിസ്ഥാനപ്പെടുത്തുന്ന കാര്യങ്ങളുടെ പ്രാധാന്യം ഇന്നും നഷ്ടപ്പെട്ടിട്ടില്ല. ചിലത് അപ്രായോഗികം എന്നു തോന്നാമെങ്കിലും ചികിത്സ ഒരു വലിയ വ്യവസായമായി മാറിയിരിക്കുന്ന വർത്തമാനകാലത്ത് പ്രകൃതിചികിത്സയ്ക്കുവേണ്ടിയുള്ള വേറിട്ട ശബ്ദം എല്ലാവരും ശ്രദ്ധിക്കേണ്ടതാണ്.

ആരോഗ്യസംരക്ഷണത്തിന് പ്രകൃതിതന്നെ തുറന്നിട്ട മാർഗ്ഗങ്ങൾ അവലംബിക്കാനും ആധുനിക വൈദ്യശാസ്ത്രത്തെ വ്യവസായീകരിച്ച് ദുഷിപ്പിക്കുന്ന സാഹചര്യത്തിൽ വലിയൊരാശ്വാസം പ്രകൃതിയെ ആശ്രയിക്കുന്നതുകൊണ്ട് ലഭിക്കും എന്നതിൽ രണ്ട് അഭിപ്രായമില്ല. ഗാന്ധിജി പറയുന്നതുകൊണ്ട് എല്ലാവരും അത് സ്വീകരിക്കണമെന്ന് അദ്ദേഹത്തിന് അഭിപ്രായമില്ല. സ്വാനുഭവത്തിന്റെ വെളിച്ചത്തിൽ സ്വീകാര്യമായത് സ്വീകരിക്കാതെ ഗാന്ധിജി നിർദ്ദേശിക്കുന്നുള്ളൂ. ആരോഗ്യം ആണ് ധനം എന്ന് പ്രഖ്യാപിച്ച ഗാന്ധിജി ജനങ്ങൾക്ക് വിതരണം ചെയ്യുന്ന മരുന്നുകളെക്കുറിച്ചും സൂചനകൾ നല്കുന്നുണ്ട്. ജനങ്ങൾക്ക് അലോപ്പതി, ആയുർവേദിക്, യുനാനി, ഹോമിയോപ്പതി എന്നീ മരുന്നുകൾ ചില ഏജൻസികൾ സൗജന്യമായി വിതരണം ചെയ്യുന്നത് അദ്ദേഹത്തിന്റെ നിശിതവിമർശനത്തിന് ഇടയാക്കിയിരുന്നു. ഉദ്ദേശം നല്ലതാണെങ്കിലും ദരിദ്രരായ ഗ്രാമീണർക്ക് ഇത്തരം മരുന്നുകൾ അവരുടെ ശരീരത്തിലുണ്ടാക്കുന്ന മാറ്റങ്ങളെക്കുറിച്ച് അറിയാതെ അവ കഴിക്കുന്നു. ചിലപ്പോൾ താല്ക്കാലിക രോഗശമനമുണ്ടായേക്കാമെങ്കിലും അവ ശരീരത്തിന് ഉണ്ടാക്കിവെക്കുന്ന കേടുപാടുകൾ വലുതായിരിക്കും. ബുദ്ധിയേക്കാൾ ശരീരം സ്വത്തായി കണക്കാക്കുന്നവരാണ് ഗ്രാമീണർ.

അഖിലേന്ത്യാവില്ലേജ് ഇൻഡസ്ട്രീസ് അസോസിയേഷൻ ഇക്കാര്യത്തിൽ ജനങ്ങളെ ബോധവാന്മാരാക്കാൻ തീരുമാനിച്ചിട്ടുണ്ട്. പോഷകസമൃദ്ധമായ ഭക്ഷണവും ആരോഗ്യശാസ്ത്രപ്രകാശമുള്ള ജീവിതരീതികളും ഗ്രാമശുചീകരണവും പിന്തുടർന്നാൽ ഏവർക്കും രോഗത്തിൽനിന്ന് അകന്ന് നില്ക്കാൻ കഴിയൂ.

ഗ്രാമീണ ചികിത്സകരിൽ ഉണ്ടാകേണ്ട മരുന്നുകൾ ആവണക്കെണ്ണ,

ക്വയിനൈൻ എന്നിവയും ചൂടാക്കിയ വെള്ളവുമാണ്. മിക്ക പനിയും ഒരു ദിവസത്തെ ഭക്ഷണം ഉപേക്ഷിച്ചാൽ മാറും. ചൂടുവെള്ളത്തിലുള്ള കുളി നല്ല മെഡിക്കൽ ഏജന്റാണ്. പനിയെ വിയർപ്പിക്കാൻ ഇതിനു കഴിയുന്നു. ആവശ്യമായി വരികയാണെങ്കിൽ പ്രാദേശിക വൈദ്യരെയോ ജനസേവന തല്പരനായ ഡോക്ടറെയോ സമീപിക്കാം. പ്രകൃതിയാണ് ഏറ്റവും നല്ല ഭിഷഗ്വരൻ. ചുറ്റുപാടുകൾ വൃത്തിഹീനമാകുമ്പോഴാണ് രോഗങ്ങൾ പിടിമുറുക്കുന്നത്. മനുഷ്യൻ വരുത്തുന്ന കേടുപാടുകൾ പ്രകൃതി റിപ്പയർ ചെയ്യുന്നു. തുടർച്ചയായ പ്രകൃതിക്കെതിരായ അക്രമങ്ങൾ ഉണ്ടാകുമ്പോൾ പ്രകൃതിയും നിസ്സഹായത പ്രകടിപ്പിക്കുന്നു. അപ്പോഴാണ് മരണം സംഭവിക്കുന്നത്.

ഗ്രാമപുനർനിർമ്മാണത്തിന്റെ ഭാഗമായി മെഡിക്കൽ റിലീഫുകൾ നടത്തുന്നത് നല്ല കാര്യം തന്നെയാണ്. പക്ഷേ, മരുന്നുകൾ സൗജന്യമായി നല്കുന്നത് ഗാന്ധിജിക്ക് സ്വീകാര്യമായിരുന്നില്ല. കാരണം അത് ലഭിക്കുന്ന വ്യക്തി ഒന്നും മനസ്സിലാക്കാതെ ഗുളിക വിഴുങ്ങുക മാത്രം ചെയ്യുന്നത് അയാളുടെ സ്വബഹുമാനം ഇല്ലാതാക്കുന്നു.

രണ്ടാമത്തെ മെഡിക്കൽറിലീഫ് പ്രവർത്തനങ്ങൾ വ്യത്യസ്തമാകുന്നത് രോഗികളുടെ രോഗകാരണങ്ങളും മറ്റും അയാളെ ബോദ്ധ്യപ്പെടുത്തി വീണ്ടും അത്തരം രോഗങ്ങൾ പിടിപെടാതെ കഴിയാൻ ഉപദേശിക്കുന്നു. അത്തരം റിലീഫ്പ്രവർത്തനങ്ങൾ രോഗശാസ്ത്രത്തെക്കുറിച്ചുള്ള വിദ്യാഭ്യാസം ആ വ്യക്തിക്ക് നല്കുന്നു എന്നുള്ളതാണ്.

സാമൂഹ്യപ്രവർത്തകർ അവരുടെ ചുറ്റുപാടുകളിൽ ശുദ്ധീകരണം നടത്താനും ആരോഗ്യസംരക്ഷണത്തിന് അനുഷ്ഠിക്കേണ്ടുന്ന കാര്യങ്ങൾ ഗ്രാമീണരെ ബോദ്ധ്യപ്പെടുത്തുകയാണ് വേണ്ടത്. അല്ലാതെ വെറുതെ മരുന്നുകൾ വിതരണം ചെയ്യുകയല്ല. രോഗപ്രതിരോധപ്രവർത്തനങ്ങളിലാണ് സാമൂഹ്യപ്രവർത്തകർ ശ്രദ്ധ കേന്ദ്രീകരിക്കേണ്ടത്. അവരുടെ കൈയിൽ കരുതേണ്ടുന്ന വസ്തുക്കൾ, ശുദ്ധമായ ഉപ്പ്, സോഡ, ആവണക്കെണ്ണ എന്നിവയും ചൂടുവെള്ളം, സൂര്യപ്രകാശം എന്നിവയുടെ ഉപയോഗവുമാണ്.

അത്യാസന്നനിലയിലുള്ള രോഗികളെ ആസ്പത്രികളിലേക്ക് അയക്കാം. (ഹരിജൻ 9.11.35)

ഡയറ്റ് (പഥ്യാഹാരക്രമം)

വായു, വെള്ളം എന്നിവയില്ലാതെ മനുഷ്യന് ജീവിക്കാൻ കഴിയില്ല എന്ന പ്രസ്താവന സത്യമാണെങ്കിലും ശരീരപോഷണം നടക്കാൻ ഭക്ഷണം ആവശ്യമാണ്. ഭക്ഷണമാണ് ജീവൻ (Food is life) എന്ന ചൊല്ല് അങ്ങനെ ഉണ്ടായതാണ്. ഗ്രാമീണരുടെ ആരോഗ്യശീലങ്ങളിൽ ശ്രദ്ധ ചെലുത്തിയിരുന്ന ഗാന്ധിജിക്ക് ആഹാരക്രമങ്ങളെക്കുറിച്ച് നിശ്ശബ്ദനാകാൻ കഴിയില്ലല്ലോ.

ഭക്ഷണത്തെ പൊതുവായി 3 വിഭാഗമായി തരം തിരിച്ചിട്ടുണ്ട്.

1. വെജിറ്റേറിയൻ അഥവാ സസ്യാഹാരം
2. മാംസാഹാരം
3. മിശ്രിതാഹാരം(വെജിറ്റേറിയൻ+നോൺവെജിറ്റേറിയൻ)

വൈദ്യശാസ്ത്ര പ്രകാരം മിശ്രിതാഹാരമാണ് മെച്ചപ്പെട്ടതെന്ന് പറയുന്നുണ്ടെങ്കിലും മറ്റൊരഭിപ്രായവും പ്രചാരത്തിലുണ്ട്. അതായത് മനുഷ്യന്റെ പല്ല്, വായ, കുടൽ എന്നീ അവയവങ്ങളുടെ ഘടന സസ്യാഹാരികൾക്ക് അനുയോജ്യമായ വിധത്തിലാണ്.

ഗാന്ധിജി ശുദ്ധ സസ്യാഹാരം ഇഷ്ടപ്പെടുന്ന വ്യക്തിയായിരുന്നു. പക്ഷേ, അനുഭവങ്ങളുടെ അടിസ്ഥാനത്തിൽ ശാരീരിക ശക്തി നിലനിർത്തുന്നതിന് സസ്യാഹാരത്തോടൊപ്പം പാലും പാലുല്പന്നങ്ങളും കഴിക്കണം. 1917 ൽ ഗാന്ധിജി രോഗബാധിതനായി അവശനിലയിലായി. പാൽ ഉപയോഗിക്കില്ലെന്ന വാശിയിലായിരുന്നു കഴിഞ്ഞ ആറ് കൊല്ലവും അദ്ദേഹം ജീവിച്ചത്. ഒടുവിൽ ഗാന്ധിജിയുടെ സുഹൃത്തായ ഒരു ഡോക്ടർ ഗാന്ധിജിയോട് ഉപദേശിച്ചത് പശുവിൻ പാൽ കഴിക്കില്ല എന്ന വ്രതം മാത്രം എടുത്ത അദ്ദേഹത്തിന് ആട്ടിൻ പാൽ കഴിക്കാമല്ലോ. കസ്തൂർബയും ഈ നിർദ്ദേശത്തെ പിന്താങ്ങി. ഒടുവിൽ ഗാന്ധിജി പാൽ

കഴിക്കില്ലെന്ന വ്രതം ഉപേക്ഷിക്കുകയും ആട്ടിൻപാൽ കറന്നെടുത്ത ഉടൻ ഉപയോഗിക്കാൻ തുടങ്ങുകയും ചെയ്തു. ഗാന്ധിജിയുടെ ആരോഗ്യം വീണ്ടെടുക്കാൻ ഇതുമൂലം കഴിഞ്ഞു. ഇതായിരുന്നു നേരത്തെ പ്രസ്താവിച്ച സസ്യാഹാരത്തോടൊപ്പം പാൽ കൂടി കഴിക്കണമെന്ന് അനുഭവ പാഠം.

പാലും മാംസവും കഴിക്കുന്നതിന് വേറെയും ചില പ്രശ്നങ്ങളുണ്ട്. മാംസം ആവശ്യമായി വരുമ്പോൾ മൃഗങ്ങളെ കൊല്ലേണ്ടിവരും. ഇതൊരു ധാർമ്മിക പ്രശ്നമായി നിലകൊള്ളുന്നു. അതിലും ഉപരിയായി മറ്റൊരു പ്രശ്നമുള്ളത് പാലും മാംസവും ഉപയോഗിക്കുമ്പോൾ ആ മൃഗത്തിന്റെ (പശു, എരുമ) അനാരോഗ്യവും നമ്മിലേക്ക് പകരാനിടയുണ്ട്. മനുഷ്യരെ പോലെ മൃഗങ്ങൾക്കും നിരവധി രോഗങ്ങളുണ്ടാകാം. എല്ലാ മൃഗങ്ങളെയും വൈദ്യപരിശോധനയ്ക്ക് വിധേയമാക്കുക പ്രായോഗികവുമല്ല. ഏകപരിഹാരം പാൽ ഉപയോഗിക്കുന്നതിന് മുമ്പ് തിളപ്പിക്കുക എന്നതാണ്. എല്ലാ അറവുമാടുകൾക്കും ഇത് ബാധകമാണ്.

മിശ്രിതാഹാരത്തെക്കുറിച്ച് പറയുമ്പോൾ അത് ഊർജ്ജം കൊഴുപ്പ്, കുറച്ച് ലവണം എന്നിവയടങ്ങുന്ന പ്രോട്ടീൻ നല്കുന്നു. ടിഷ്യു വികാസത്തിനുതകുന്ന പ്രോട്ടീൻ, പാൽ, മാംസം, മുട്ട, ധാന്യങ്ങൾ, അണ്ടി വർഗ്ഗങ്ങൾ (Nuts) എന്നിവയിൽനിന്ന് മുഖ്യമായും ലഭിക്കുന്നു. സസ്യാഹാരത്തിൽനിന്നും ലഭിക്കുന്ന പ്രോട്ടീനേക്കാളും മൂല്യം കല്പിക്കുന്നതാണ്. മിശ്രിതാഹാരം. പാൽ മാംസത്തെക്കാൾ ഗുണം ചെയ്യും . സസ്യാഹാരികൾക്ക് ഏറ്റവും ഗുണപ്രദം മൃഗത്തിൽനിന്നും ലഭിക്കുന്ന പ്രോട്ടീൻ അടങ്ങുന്ന പാൽ തന്നെ. മുട്ടയിൽ അടങ്ങിയിരിക്കുന്ന പ്രോട്ടീൻ എളുപ്പത്തിൽ ദഹിക്കുന്നതാണ്.

പാൽ എല്ലാവർക്കും എല്ലാകാലത്തും ലഭ്യമല്ല. ആ വിഷമം പരിഹരിക്കാൻ പാൽപ്പൊടി (skimmed milk) ഉപയോഗിക്കാവുന്നതാണ്. അതു പാലിനെപ്പോലെത്തന്നെ പ്രോട്ടീൻ അടങ്ങുന്നതാണ്.

ശരീരത്തിന് പാൽ കൂടാതെ വളർച്ചയ്ക്ക് ആവശ്യമായിട്ടുള്ളത് ധാന്യങ്ങളാണ്. (അരി, ഗോതമ്പ്, ജുവർ, ബജ്റി Etc) ഇവയെ മുഖ്യ ആഹാരപദാർത്ഥങ്ങളായി കണക്കാക്കുന്നു. ധാന്യങ്ങൾ പ്രത്യേകിച്ചും അരി കുത്തിയെടുക്കുമ്പോൾ അതിന്റെ തവിട് കളയാതെ എടുക്കേണ്ടതാണ്. കാരണം ഈ തവിടിലാണ് വിറ്റാമിനുകൾ ഉള്ളത്. മാത്രമല്ല തവിട് ദഹനത്തെ സഹായിക്കുന്ന ഫൈബർ കൂടിയാണ്.

ചപ്പാത്തിയും മറ്റും പരിപ്പ് കറിയിൽ മുക്കി കഴിക്കുമ്പോൾ നല്ലവണ്ണം ചവച്ചരച്ച് കഴിക്കണം. ഭക്ഷണം വായിലെ ഉമിനീർ കൂടിച്ചേർന്ന് കഴിക്കുമ്പോൾ ദഹനപ്രക്രിയ എളുപ്പത്തിൽ നടക്കുന്നു.

സ്റ്റാർച്ച് അടങ്ങിയ ധാന്യങ്ങൾക്കുശേഷം നമ്മുടെ ആഹാരക്രമത്തിൽ വരുന്നത് പ്രോട്ടീൻ പ്രദാനം ചെയ്യുന്ന പയർ വർഗ്ഗങ്ങളാണ്. ഇവയും ഭക്ഷണക്രമത്തിൽ പഥ്യാഹാരങ്ങളായി കണക്കാക്കപ്പെടുന്നു. ശാരീരികമായി കഠിനാദ്ധ്വാനം ചെയ്യുന്നവർ നിർബ്ബന്ധമായും പയർ വർഗ്ഗ

ങ്ങൾ ആഹരിക്കണം

ഇലക്കറികളും ഫലങ്ങളും നമ്മുടെ ഡയറ്റിലെ മൂന്നാമത്തെ ഘടകമാണ്. ഇവ വിലക്കുറവിലും സുഗമമായും ലഭിക്കും എന്ന പ്രതീക്ഷ അസ്ഥാനത്താണ്. നഗരവാസികൾക്കാണ് ഇവ സുഗമമായി ലഭിക്കുന്നത്. ഗ്രാമങ്ങളിൽ ഇവ അപൂർവ്വമായി മാത്രമേ ലഭിക്കുന്നുള്ളൂ ഗ്രാമങ്ങളിൽ പച്ചക്കറികൾ കൂടുതലായി ഉല്പാദിപ്പിക്കേണ്ട കാര്യം ഗാന്ധിജി പലപ്പോഴും ചൂണ്ടിക്കാട്ടിയിട്ടുണ്ട്. ഫ്രൂട്ട്സിന്റെ കാര്യവും വിഷമത്തിലാണ്.

ഫ്രഷ്‌വെജിറ്റബിൾസിന്റെ അപര്യാപ്തത ഗ്രാമങ്ങളിൽ അനുഭവപ്പെടുന്നതിന് ഒരു പരിഹാരമായി ഗാന്ധിജി നിർദ്ദേശിച്ചത് ഇലക്കറികൾ കൂടുതലായി ഉല്പാദിപ്പിച്ച് ഉപയോഗിക്കുന്നതിനാണ്. അതോടൊപ്പം വെള്ളരി, തക്കാളി എന്നിവയ്ക്കൊപ്പം കടുക് ഇലകൾ, മറ്റ് കാഠിന്യമില്ലാത്ത ഇലക്കറികൾ എന്നിവ വേവിക്കാതെ കഴിക്കാം.

ഫ്രൂട്ട്സിന്റെ കാര്യത്തിൽ ഓരോ സീസണിലും സുഗമമായി ലഭിക്കുന്നവ നിത്യേന കഴിക്കാം. മാങ്ങ, പേരയ്ക്ക, ജാംബു, മുന്തിരി, പപ്പായ, നാരങ്ങ, ഓറഞ്ചുകൾ, മൂസംബി എന്നിവ പ്രധാനമാണ്.

ഗാന്ധിജി പറയുന്നത് ഫ്രൂട്ട്സും പാലും രാവിലെ പ്രാതലിന് കഴിക്കുന്നതാണ് ഉത്തമം. നേന്ത്രപ്പഴവും നല്ല ഫ്രൂട്ടാണ്.

കൊഴുപ്പ് അഥവാ ഫാറ്റും ഭക്ഷണക്രമത്തിൽ ആവശ്യമാണ്. നെയ്യ്, എണ്ണ എന്നിവയിൽ അതടങ്ങിയിട്ടുണ്ട്. നെയ്യ് ദഹിക്കാൻ പ്രയാസമുള്ളതും എല്ലാവർക്കും ലഭിക്കാത്തതുമാണ്. അവർക്ക് നിലക്കടല എണ്ണ, വെളിച്ചെണ്ണ എന്നീ എണ്ണകൾ ഉപയോഗിക്കാം. വ്യാപാരങ്ങളിൽ മാന്യത പുലർത്താത്ത ആളുകൾ ഉള്ളതുകൊണ്ട് എണ്ണയിലും നെയ്യിലും മറ്റും വ്യാജ ചേരുവകൾ ചേർത്ത് വ്യാപാരം നടത്തുന്നതായി കണ്ടുവരുന്നു. മായം ചേർക്കൽ ഇന്നും നിയമംമൂലമോ അല്ലാതെയോ നമുക്ക് ഇല്ലാതാക്കാൻ കഴിഞ്ഞിട്ടില്ല എന്ന വസ്തുതയും ഇവിടെ സ്മരണീയമാണ്.

മധുരം അടങ്ങിയിട്ടുള്ള (Sugar) ഫലങ്ങൾ ലഭിക്കാത്തവർക്ക് അല്പം പഞ്ചസാര കഴിക്കാം. പക്ഷേ, ഇതൊരിക്കലും അധികമാകരുത്. അവ ആരോഗ്യത്തിന് ഹാനികരമാകും. നഗരവാസികളാണ് കൂടുതലായി പുഡ്ഡിങ്സ്, സ്വീറ്റ്സ് എന്നിവ ഉപയോഗിച്ചുവരുന്നത്.

സ്വീറ്റ്സ് നിയന്ത്രിക്കുന്നതുപോലെ നെയ്യ്, എണ്ണ എന്നിവയും ഉപയോഗിക്കുന്നതിൽ കർശന നിയന്ത്രണം ആവശ്യമാണ് പൂരി, ലഡു എന്നിവ ഉണ്ടാക്കുന്നതിന് നെയ്യ് ഉപയോഗിക്കുന്നത് ധാരാളിത്തത്തിന് ഉദാഹരണമാണ്. ഇവ ഉപയോഗിച്ച് ശീലമില്ലാത്തവർക്ക് ഇവ പഥ്യാഹാരമല്ല.

ഇംഗ്ലീഷുകാർ ഇന്ത്യയിൽവന്ന ആദ്യകാലത്ത് നമ്മുടെ മധുപലഹാരങ്ങളും വറുത്ത ഭക്ഷണ സാധനങ്ങളും കഴിക്കാൻ ഇഷ്ടപ്പെട്ടിരുന്നില്ല. കഴിച്ചവരിൽ ചിലർ രോഗബാധിതർ പോലുമായി.

ഭക്ഷണം രുചികരമാക്കുന്നത് വിശപ്പാണ്. ലോകത്തിലെ ഏറ്റവും നല്ല ഭോജന വസ്തുക്കൾക്ക് രുചി നല്കുന്നത് വിശപ്പാണ്.

ആരോഗ്യത്തിലേക്കുള്ള വഴികളെക്കുറിച്ച് ചിന്തിക്കുമ്പോൾ ഗാന്ധിജി ചോദിക്കുന്ന ഒരു പ്രധാന ചോദ്യമുണ്ട്.

എപ്പോഴൊക്കെ എത്രമാത്രം ഭക്ഷണം ഒരാൾ കഴിക്കണം? ഗാന്ധിജി തന്നെ ഉത്തരവും നല്കുന്നു. ഒരു കടമപോലെ, ഒരു ഔഷധംപോലെ, ശരീരം നിലനിർത്താൻ ഭക്ഷണം കഴിക്കാം. പക്ഷേ, ഒരിക്കലും നമ്മുടെ രുചിയെ തൃപ്തിപ്പെടുത്താനാകരുത്.

യഥാർത്ഥ വിശപ്പ് അനുഭവപ്പെട്ടതിനുശേഷം കഴിക്കുന്ന ഭക്ഷണം സന്തോഷപ്രദമായ അനുഭവമാകും. നമ്മുടെ തെറ്റായ ജീവിതചര്യകളാൽ, വളരെ കുറച്ചുപേർക്ക് മാത്രമേ അവരുടെ ശരീരത്തിന് ആവശ്യമായത് അറിയുകയുള്ളൂ. നമ്മുടെ രക്ഷിതാക്കന്മാർ ഭക്ഷ്യകാര്യത്തിൽ സ്വയം നിയന്ത്രണത്തിനുള്ള പരിശീലനം നമുക്ക് നല്കുന്നില്ല. രക്ഷിതാക്കളുടെ ജീവിതരീതിയും കാഴ്ചപ്പാടുകളും ഒരു പരിധിവരെ കുട്ടികളെയും സ്വാധീനിക്കുന്നു. ഗർഭാവസ്ഥയിൽ മാതാവ് കഴിക്കുന്ന ഭക്ഷണം കുട്ടികളിൽ മാറ്റങ്ങളുണ്ടാക്കും. കുട്ടികളോടുള്ള വാത്സല്യം നിമിത്തം അമ്മമാർ രുചികരമായ ഭക്ഷണങ്ങൾ നിർബ്ബന്ധിച്ച് അവരെക്കൊണ്ട് കഴിപ്പിക്കുന്നു. അമ്മയുടെ ഭക്ഷണത്തിന്റെ ഒരു അംശം എപ്പോഴും കുട്ടിക്കുള്ളതാണ്. ഇത്തരത്തിൽ അമിതാഹാരക്രമം കുട്ടിയുടെ ദഹനവ്യവസ്ഥയെ തകരാറിലാക്കുന്നു. വളരെ ചെറുപ്പത്തിലെ ലഭിക്കുന്ന തെറ്റായ രീതികൾ പിന്നീട് ഉപേക്ഷിക്കാൻ വിഷമമാണ്. കുറച്ചാളുകൾക്ക് മാത്രമേ അതിനുപോലും കഴിയുകയുള്ളൂ.

താൻ തന്നെയാണ് തന്റെ ശരീരത്തിന്റെ ബോഡിഗാർഡ് എന്ന ബോധം മനുഷ്യന് ഉണ്ടാവുമ്പോഴേക്കും അല്പം വൈകിപ്പോയതിനാൽ ശരീരസംരക്ഷണത്തിനായി പിന്നീട് കഠിന പ്രയത്നം ചെയ്യുന്നു.

നമ്മുടെ രാജ്യത്ത് സാധാരണയായി പ്രാതലും രണ്ടുനേരത്തെ ഭക്ഷണവും കഴിക്കുന്നവരാണ് കൂടുതൽ. നഗരവാസികൾ തോന്നുമ്പോഴൊക്കെ എന്തെങ്കിലും കഴിച്ചുകൊണ്ടിരിക്കുന്നവരാണ്.

ഗാന്ധിജി എതിർക്കുന്നത് ഈ സ്വഭാവത്തെയാണ്. നമ്മുടെ ദഹനേന്ദ്രിയങ്ങൾക്ക് ഒഴിവ് അഥവാ വിശ്രമം അത്യാവശ്യമാണ്. ശരിയായ ഭക്ഷണക്രമം ആരോഗ്യം നിലനിർത്തുകയും മനസ്സിന് ഉന്മേഷം നല്കുകയും ചെയ്യുന്നു.

ഗാന്ധിജിയുടെ പഥ്യാഹാരങ്ങളെക്കുറിച്ചുള്ള ചിന്തകൾക്ക് ഇന്ന് വലിയ പ്രസക്തിയും പ്രാമുഖ്യവും അവകാശപ്പെടാം. അലസജീവിതം നയിക്കുന്നവരും ദുർമ്മേദസ്സുകൊണ്ട് മാറാരോഗങ്ങൾക്ക് അടിമയായി മാറുന്നവരുമായ ഒരു വലിയ ജനസഞ്ചയത്തിനെ അലട്ടുന്ന പ്രധാന പ്രശ്നം അമിതാഹാരശീലമാണ്.

നിരവധി ക്ലിനിക്കുകളും വ്യാജചികിത്സകരും ഈ രംഗത്ത് അരങ്ങ് തകർക്കുന്നുമുണ്ട്. ജീവിതശൈലീരോഗങ്ങൾ എന്ന ഒരു രോഗവിഭാഗത്തെ തന്നെ ഇന്ന് കേന്ദ്രീകരിച്ച് ചികിത്സ നിർദ്ദേശിക്കുന്നുമുണ്ട്.

ഗ്രാമസുരക്ഷ - സമാധാനസേന (Police Brigade)

ഗ്രാമസ്വരാജ് സ്ഥാപിതമായാൽ അനുബന്ധമായി ചെയ്യേണ്ടുന്ന പ്രവർത്തികളെക്കുറിച്ചും ഗാന്ധിജി ബോധവാനായിരുന്നു. അത്തരത്തിലൊന്നാണ് ഓരോ ഗ്രാമത്തിനും ഓരോ സമാധാനസേന രൂപീകരിക്കുക (Peace Brigade) എന്നത്.

പ്രസ്തുത സമാധാനസേനാംഗങ്ങൾ കലാപമോ ലഹളയോ നേരിടുമ്പോൾ, പ്രത്യേകിച്ചും വർഗ്ഗീയലഹള, അവർ സ്വന്തം ജീവൻപോലും ബലികഴിക്കാൻ സന്നദ്ധരായിരിക്കണം. ഗാന്ധിജിയുടെ അഭിപ്രായത്തിൽ പൊലീസിനും പട്ടാളത്തിനും പകരമായിരിക്കും ഈ സമാധാനസേന. അക്രമരഹിതമായ സമരത്തിൽ വിജയിക്കണമെങ്കിൽ ഏതു പ്രതിസന്ധിയെയും സമാധാനപരമായി നേരിടുന്നതിനുള്ള കഴിവ് നേടിക്കൊടുക്കേണ്ടതുണ്ട്.

സമാധാനസേനയുടെ കാര്യത്തിലും ആദർശപരമായ ഒരു നിലപാടാണ് ഗാന്ധിജി സ്വീകരിച്ചിട്ടുള്ളത്. അവരുടെ നേട്ടങ്ങൾ സാദ്ധ്യമോ അസാദ്ധ്യമോ ആയാലും അഹിംസാസമരപരിപാടിയിൽനിന്ന് നാം പുറകോട്ട് പോകാൻ പാടില്ല.

നിർദ്ദിഷ്ട സമാധാനസേനയിൽ അംഗങ്ങളായി ചേർക്കുന്നവരുടെ യോഗ്യതകളും സവിശേഷതകളും ഗാന്ധിജി വിശദമാക്കുന്നുണ്ട്. അവ ഇപ്രകാരം സംഗ്രഹിക്കാം.

1. അവൻ അല്ലെങ്കിൽ അവൾക്ക് അഹിംസയിൽ ഉറച്ച വിശ്വാസം ഉണ്ടായിരിക്കണം. അതുപോലെ ദൈവത്തിലും. ദൈവവിശ്വാസമില്ലെങ്കിൽ നിർഭയനായി മരിക്കാനോ, കോപമോ പകയോ ഇല്ലാതിരിക്കുവാനോ സാദ്ധ്യമല്ല. ദൈവം എല്ലാവരുടെ ഹൃദയത്തിലും ഇരിപ്പിടം കണ്ടെത്തുന്നുവെന്ന വിശ്വാസം എതിരാളികളോടുപോലും

ബഹുമാനം പ്രകടിപ്പിക്കാൻ സഹായിക്കുന്നു. ദൈവഭയം അവനിലെ കോപതാപങ്ങളെ ഇല്ലാതാക്കാനും മൃഗീയവാസനകൾ തടയാനും ഉപകരിക്കും.

2. ഈ സമാധാനസന്ദേശകന് ലോകത്തിലെ പ്രധാനമതങ്ങളോടെല്ലാം ബഹുമാനം ഉണ്ടായിരിക്കണം. അയാൾ ഹിന്ദു ആണെങ്കിലും എല്ലാ മതങ്ങളുടെയും അടിസ്ഥാനതത്ത്വങ്ങളെക്കുറിച്ച് അറിവുള്ളവനും അന്യമതങ്ങളെ ബഹുമാനിക്കാൻ കഴിയുന്നവനുമാകണം.
3. സമാധാനസേനാ പ്രവർത്തനം പ്രാദേശികതലത്തിൽ പ്രദേശവാസികൾ നടത്തുന്നതാണ് ഉചിതം.
4. ഒറ്റയ്ക്കായോ, ഗ്രൂപ്പിന്റെ സഹായത്തോടെയോ സമാധാനസേനാംഗങ്ങൾക്ക് പ്രവർത്തിക്കാം.
5. സമാധാനദൂതന്മാർ പ്രദേശത്തെ ജനങ്ങളുമായി സമ്പർക്കം പുലർത്തേണ്ടതും ആർക്കും അപരിചിതനായി തോന്നി സന്നിഗ്ദ്ധഘട്ടങ്ങളിൽ അപകടത്തിനിരയാകരുത്.
6. സമാധാന സേനാംഗങ്ങൾക്ക് ആർക്കും എതിർക്കാൻ കഴിയാത്ത സ്വഭാവമഹിമ ഉണ്ടായിരിക്കണം. നിഷ്പക്ഷനായി അറിയപ്പെടുകയും വേണം.
7. സംഘർഷങ്ങളുടെ ആദ്യസൂചനകൾ ലഭിക്കുമ്പോൾത്തന്നെ അവ പരിഹരിക്കാൻ ശ്രമം നടത്തണം.
8. സംഘർങ്ങൾ നീണ്ടുനില്ക്കുന്നപക്ഷം സമാധാനസേനയിൽ മുഴുവൻ സമയപ്രവർത്തകരുണ്ടായിരിക്കുന്നത് ഗുണം ചെയ്യും.

വിവിധ മേഖലകളിലുള്ള സൽസ്വഭാവികളായ സ്ത്രീ പുരുഷന്മാരെ ജനങ്ങളുടെ ഇടയിൽ പ്രവർത്തിക്കുന്നതിന് യോഗ്യതയുടെ അടിസ്ഥാനത്തിൽ ഉൾപ്പെടുത്താം.

9. സേനാംഗങ്ങളെ തിരിച്ചറിയുന്നതിന് പ്രത്യേക യൂണിഫോം അല്ലെങ്കിൽ അടയാളമുദ്രകൾ നല്കാം. (*ഹരിജൻ* 18.06.1938)

ഗാന്ധിജിയുടെ പൊലീസ് സങ്കല്പം പരമമായ അഹിംസ പാലിക്കപ്പെടുന്ന രാഷ്ട്രത്തിലും പൊലീസ് സേന ആവശ്യമായേക്കാം. അഹിംസയിലുള്ള "എന്റെ വിശ്വാസത്തിന്റെ ന്യൂനത കൊണ്ടാകാം ഇത്." പൊലീസും പട്ടാളവും ഇല്ലാത്ത ഒരു രാഷ്ട്രത്തെ വിഭാവനം ചെയ്യാൻ ഗാന്ധിജി തയ്യാറാണെങ്കിലും വിജയിക്കുമോ എന്ന കാര്യം ഭാവിക്ക് മാത്രമേ പറയുവാൻ സാധിക്കുകയുള്ളൂ എന്നും ഗാന്ധിജി പറയുകയുണ്ടായി.

ഇന്നത്തേതിൽനിന്നും തുലോം വ്യത്യസ്തമായ ഒരു ചിത്രമാണ് പൊലീസിനെ സംബന്ധിച്ച് ഗാന്ധിജിക്കുള്ളത്. അഹിംസയിൽ വിശ്വസിക്കുന്നവർക്ക് മാത്രമേ പൊലീസിൽ സേവനം ലഭിക്കൂ.

ജനങ്ങളുടെ ദാസന്മാരാണവർ, യജമാനന്മാരല്ല. ജനങ്ങൾ സ്വമേധയാ എല്ലാ സഹായവും അവർക്കു നല്കും. പരസ്പര സഹകരണത്തിലൂടെ നാൾക്കുനാൾ കുറഞ്ഞുവരുന്ന സംഘർഷങ്ങൾ അവർക്ക്

എളുപ്പത്തിൽ പരിഹരിക്കാം. ചില ആയുധങ്ങൾ അവർക്കുണ്ടെങ്കിലും അവ അപൂർവ്വമായേ ഉപയോഗിക്കൂ. യഥാർത്ഥത്തിൽ പരിഷ്കരണ പ്രവർത്തനങ്ങൾ നടത്തുന്നവരായിരിക്കും പൊലീസുകാർ. കള്ളന്മാരെയും കൊള്ളക്കാരെയും നേരിടുന്നതിന് മാത്രമാണ് പൊലീസ് പ്രവർത്തിക്കേണ്ടത്.

അക്രമരഹിതമായ സമൂഹത്തിൽ മൂലധനശക്തികളും തൊഴിലാളികളും തമ്മിലുള്ള കലഹങ്ങൾ, പണിമുടക്ക് എന്നിവ വളരെ കുറയും. കാരണം അഹിംസാവാദികളായവർ ഭൂരിപക്ഷമായതിനാൽ സമൂഹത്തിലെ പ്രധാനികളുടെയെല്ലാം ആദരവ് അവർ നേടിയിരിക്കും. അതേപോലെ വർഗ്ഗീയ കലാപങ്ങൾക്കും സാദ്ധ്യതയില്ല.(ഹരിജൻ 1.9.1940)

അക്രമരഹിത വളണ്ടിയർസേന (Non- violent volunteer corps)

ഗാന്ധിജിയുടെ നേതൃത്വത്തിൽ ശാന്തിസേന രൂപീകരിക്കുന്നതിന് ഒരു ശ്രമം നടത്തിയിരുന്നെങ്കിലും വിജയിക്കുകയുണ്ടായില്ല. പരാജയ കാരണങ്ങൾ അന്വേഷിച്ച ഗാന്ധിജി എത്തിച്ചേർന്നത് സേനയുടെ വലുപ്പത്തിലായിരുന്നു. അംഗങ്ങളുടെ സ്വഭാവമഹിമ കണക്കിലെടുത്തിരുന്നില്ല. ദൃഢശരീരം മാത്രമായിരുന്നു ലക്ഷണമായി കണ്ടത്.

അനുഭവത്തിന്റെ വെളിച്ചത്തിൽ അക്രമരഹിത വളണ്ടിയർ സേന അംഗബലത്തിന്റെ കാര്യത്തിൽ ചെറുതും പ്രവർത്തനമികവുള്ളതുമായിരിക്കണം എന്ന നിഗമനത്തിലാണ് ഗാന്ധിജി എത്തിച്ചേർന്നത്. ഇത്തരം സേനകൾ ഗ്രാമത്തിൽ ഒന്ന് എന്ന കണക്കിൽ മറ്റ് ഗ്രാമങ്ങളിൽ വ്യാപനം നടത്തണം.

അംഗങ്ങൾ പരസ്പരം പരിചിതരായിരിക്കണം. ഓരോ സേനയും അതിന്റെ തലവനെ തിരഞ്ഞെടുക്കണം. അംഗങ്ങൾക്കെല്ലാം ഒരേ പദവിയായിരിക്കുമെങ്കിലും ഒരാളുടെ അച്ചടക്കത്തിൻകീഴിൽ എല്ലാവരും പ്രവർത്തിക്കണം.

ഗ്രാമങ്ങളിലെ കുഴപ്പങ്ങൾ തടയാനാണ് ഇവരെ സംഘടിപ്പിക്കുന്നത്. ചെറിയ തോതിലുള്ള ഫിസിക്കൽ ട്രെയിനിങ് നല്കണം.

സമാധാനസന്നദ്ധ സേവനക്കാർക്ക് പൊതുവായി ഉണ്ടായിരിക്കേണ്ട ഒരു ഗുണം ദൈവത്തിലുള്ള അടിയുറച്ച വിശ്വാസമാണ്. അങ്ങനെയുള്ള ഒരു വിശ്വാസിക്ക് മറ്റൊരാളുടെ ജീവൻ എടുക്കാൻ കഴിയില്ല. സ്വന്തം ജീവൻ നഷ്ടപ്പെടുത്തിയും അയാൾ ദൗത്യം തുടരും. ഹൃദയത്തിൽ ദൈവത്തെ പ്രതിഷ്ഠിച്ചവർക്ക് വെല്ലുവിളികളെ അതിജീവിക്കാനും ശരിയായ വഴി തിരഞ്ഞെടുക്കുവാനും പ്രയാസമില്ല.

ഗ്രാമങ്ങളിലെ സമാധാനസന്നദ്ധ സേനയ്ക്ക് പൊതുവായ ചില നിയമങ്ങളും ഗാന്ധിജി നിഷ്കർഷിക്കുന്നു. അവ ഇപ്രകാരം.

1. വളണ്ടിയർമാർ ആയുധങ്ങൾ കൈയിൽ എടുക്കരുത്.
2. സന്നദ്ധസേനയിലെ അംഗങ്ങളെ എളുപ്പത്തിൽ തിരിച്ചറിയണം.
3. ഓരോ വളണ്ടിയറും ബാൻഡേജ് തുണികൾ, കത്രിക, സൂചിയും നൂലും, പ്രഥമ ശുശ്രൂഷ ചെയ്യാനുള്ള കത്രിക(Knife) എന്നിവ കരു

തണം.

4. പരിക്ക് പറ്റിയവരെ സംഭവസ്ഥലത്തുനിന്നും എടുത്തുമാറ്റാൻ അറിവുണ്ടാകണം.
5. തീ അണയ്ക്കാനും, തീ പടരുന്ന മേഖലകളിൽ അപകടം കൂടാതെ പ്രവേശിക്കുന്നതിനും, രക്ഷാപ്രവർത്തനത്തിന് ഉയർന്ന പ്രതലങ്ങളിൽ കയറുന്നതിനും അറിവുണ്ടായിരിക്കണം.
6. പ്രാദേശികവാസികളുമായി നല്ല പരിചയം ഉണ്ടാക്കണം. അതും ഒരു സേവനം തന്നെ.
7. ഹൃദയത്തിൽ രാമനാമം ജപിച്ചുകൊണ്ടിരിക്കുകയും വിശ്വാസമുള്ളവരെ അങ്ങനെചെയ്യാൻ പ്രേരിപ്പിക്കുകയും വേണം.

തത്ത പാടുംപോലെ ദൈവനാമം ഉരുവിടുകയും പക്ഷേ, ഹൃദയത്തിൽ അത് പ്രവേശിക്കാനനുവദിക്കുകയും ചെയ്യാത്തവരെയും ഗാന്ധിജിക്ക് പരിചയമുണ്ട്. അതുകൊണ്ടാണ് ദൈവനാമം ഹൃദയത്തിൽ പതിച്ച് തെറ്റുകൾ ചെയ്യാതിരിക്കാനും ശരിയായ മാർഗ്ഗത്തിൽക്കൂടി ചലിക്കുവാൻ ഗ്രാമീണ സന്നദ്ധസേവന പ്രവർത്തകരോട് ഗാന്ധിജി ആഹ്വാനം ചെയ്യുന്നത്.

ഗ്രാമീണ തൊഴിലാളി അഥവാ ഗ്രാമസേവകൻ (The Ideal Village Worker)

ഗ്രാമസ്വരാജ് എന്ന ആശയത്തിന് പ്രായോഗികമായ ഒരു പ്രവർത്തന ശൈലി നിർദ്ദേശിക്കുന്നതിന്റെ ഭാഗമായിട്ടാണ് ഗാന്ധിജി ഗ്രാമോദ്ധാരണത്തിനായി പ്രവർത്തിക്കുന്ന ആദർശശാലികളായ പ്രവർത്തകരെ ഉത്തരവാദിത്വം ഏല്പിക്കുന്നതിനെക്കുറിച്ച് ചിന്തിക്കുന്നത്.

ഗ്രാമോദ്ധാരണ പ്രവർത്തകരോട് ഗാന്ധിജി പറയുന്നത് ഇത് ഒരു ഉദ്യോഗമായി നിങ്ങൾ കരുതരുത്. ആളുകളുടെ വില ഉറുപ്പിക അണ കണക്കിൽ കണക്കാക്കുന്ന കാലത്താണ് നാം ജീവിക്കുന്നത്. വിദ്യാഭ്യാസ പരിശീലനം വ്യാപാര സാദ്ധ്യതകൾ നല്കുന്ന ഒന്നായി മാറിയിരിക്കുന്നു. അത്തരം പ്രതീക്ഷകളുമായിട്ടാണ് താങ്കൾ വന്നരിക്കുന്നുവെങ്കിൽ നിരാശപ്പെടേണ്ടിവരും. ജോലി തുടങ്ങുമ്പോൾ പത്ത് രൂപ ഹോണറേറിയം നിശ്ചയിച്ച് ജോലി തുടങ്ങുന്ന നിങ്ങൾക്ക് ഒരുപക്ഷേ, ജോലി അവസാനിപ്പിക്കുമ്പോഴും അതേ തുക തന്നെയാവും ലഭിക്കുക. ഈ ജോലി നിങ്ങൾ ഒരു വലിയ കമ്പനി മാനേജരുടെതോ അല്ലെങ്കിൽ ഉയർന്ന ഉദ്യോഗമായോ താരതമ്യപ്പെടുത്തരുത്.

ഗ്രാമസേവകനായി പ്രവർത്തിക്കുവാൻ സന്നദ്ധത പ്രകടിപ്പിച്ച ചെറുപ്പക്കാരെ ഗാന്ധിജി ഇങ്ങനെ ഉപദേശിക്കുന്നു.

നിങ്ങളുടെ കാഴ്ചപ്പാടിൽ മാറ്റം വരുത്തണം. വലിയ ആഗ്രഹങ്ങൾ വെച്ചുപുലർത്തരുത്. ഭക്ഷണച്ചെലവുകൾ ഒരു മാസം ആറ് രൂപയിൽ കവിയാതെ നോക്കണം. ഐ സി എസ് ഉദ്യോഗസ്ഥന്മാരുടെ ഒരു മാസത്തെ ഭക്ഷണബില്ല് അറുപത് രൂപയോളമാകും. അതുകൊണ്ട് മാത്രം ആ ഉദ്യോഗസ്ഥൻ നിങ്ങളേക്കാൾ ശാരീരികമായോ, ബുദ്ധിപരമായോ, നൈതികതയുടെ അടിസ്ഥാനത്തിലോ കേമൻ ആകുന്നില്ല. ചിലപ്പോൾ ഈ കാര്യങ്ങളിലെല്ലാം അയാൾ നിങ്ങളേക്കാൾ താഴ്ന്ന നില

വാരമുള്ളയാളായിരിക്കും. സ്റ്റോക്ക് എക്സ്ചേഞ്ചിൽനിന്ന് ആയിരക്കണക്കിന് രൂപ ഒരാൾ വരുമാനമുണ്ടാക്കുന്നവനാകാം. പക്ഷേ, ഈ ജോലിക്ക് അയാൾ പറ്റില്ല. രാജ്യത്തിനുവേണ്ടി സേവനം ചെയ്യുന്ന ആദർശശാലികളെയാണ് നമുക്കാവശ്യം. അവർക്ക് സുഖസൗകര്യങ്ങളിലോ, ഭക്ഷണം വസ്ത്രം എന്നിവയിലോ പ്രത്യേക താല്പര്യം ഉണ്ടാകരുത്. ഗ്രാമീണർ നല്കുന്ന സുഖസൗകര്യങ്ങൾ സ്വീകരിച്ച് തൃപ്തിയടയുക. ഏഴുലക്ഷത്തിലധികം ഗ്രാമങ്ങളുള്ള ഇന്ത്യയിൽ വേതനവും പെൻഷൻ, പി എഫ്, ഇൻക്രിമെന്റ് എന്നിവ നല്കിയുള്ള ഉദ്യോഗസ്ഥരെ നമുക്ക് ഗ്രാമസേവനത്തിന് ചുമതലപ്പെടുത്താൻ കഴിയില്ല.

ആത്മാർത്ഥമായ സേവനം തന്നെയാണ് അതിന്റെ സംതൃപ്തി. ലളിതമായ ജീവിതരീതി സേവകന്മാർക്ക് നിർദ്ദേശിക്കുന്ന ഗാന്ധിജി ഉയർന്നുവരാവുന്ന ചോദ്യങ്ങൾക്കും മറുപടി നല്കുന്നുണ്ട്. ഗ്രാമീണർക്ക് നിർദ്ദേശിക്കുന്ന ജീവിതരീതി ഇതല്ല. കാരണം അവർ നമ്മുടെ യജമാനന്മാരും നാം അവരുടെ ദാസന്മാരുമാണ്. ഇത്രയുംകാലം നാം അവരെ അവഗണിച്ചു. ദാരിദ്ര്യം സന്നദ്ധതയോടെ നാം ശീലിക്കുന്നത് ഗ്രാമീണർ കുറച്ച് സാമ്പത്തിക അഭിവൃദ്ധി നേടിയെടുക്കാനാണ്. (ഹരിജൻ 23.5.36)

ഗ്രാമസേവകരായ പ്രവർത്തകരുടെ ചുമതലകളും ഗാന്ധിജി ഇപ്രകാരം വിവരിക്കുന്നു.

1. എല്ലാ പ്രവർത്തകരും സ്ഥിരമായി സ്വന്തം ഉല്പാദിപ്പിച്ച നൂൽ കൊണ്ട് നെയ്ത ഖാദി ഉപയോഗിക്കണം.
2. മദ്യപാനി ആകരുത്.
3. ഹിന്ദുവാണെങ്കിൽ അയിത്തം സ്വന്തം വീട്ടിലും സ്വയമായും എതിർക്കുകയും മതസൗഹാർദ്ദവും ജാതിവിവേചനമില്ലായ്മയും ലിംഗസമത്വവും പാലിക്കണം.
4. ഗ്രാമത്തിലെ എല്ലാ ആളുകളുമായി വ്യക്തിപരമായ ബന്ധം സൂക്ഷിക്കണം.
5. ഗ്രാമീണരിൽനിന്നും സന്നദ്ധപ്രവർത്തകരെ തിരഞ്ഞെടുത്ത് പരിശീലിപ്പിക്കണം. അവരുടെ രജിസ്റ്റർ സൂക്ഷിക്കേണ്ടതുണ്ട്
6. നിത്യേന അന്നന്നത്തെ പ്രവർത്തി രേഖപ്പെടുത്തണം.
7. കൃഷി, കരകൗശല വേലകൾ എന്നിവ മുഖാന്തിരം ഗ്രാമീണരെ സ്വയം പര്യാപ്തരും സ്വാശ്രയത്വവുമുള്ളവരുമാക്കാൻ പ്രയത്നിക്കണം.
8. ഗ്രാമീണർക്കിടയിൽ അനാരോഗ്യവും രോഗവും ഇല്ലാതിരിക്കാൻ ശുചീകരണത്തിലും ആരോഗ്യശാസ്ത്രത്തിലും വിദ്യാഭ്യാസം നല്കണം.
9. നെയ് തലിം വിദ്യാഭ്യാസ പദ്ധതിയുടെ തത്ത്വങ്ങളുടെ അടിസ്ഥാനത്തിൽ ബേസിക് എഡ്യൂക്കേഷൻ എല്ലാ ഗ്രാമീണർക്കും ചെറുപ്പം മുതൽ നല്കണം.
10. വോട്ടർമാരുടെ പട്ടികയിൽനിന്നും വിട്ടുപോകുന്ന പേരുകൾ

ചേർക്കാൻ സഹായിക്കണം.

11. വോട്ടവകാശം ലഭിക്കാനുള്ള നിയമവ്യവസ്ഥകൾ പാലിക്കാത്തവരെ അതിനായി പ്രേരിപ്പിക്കണം.(ഹരിജൻ 15.3.48)

ഗ്രാമങ്ങളിൽ സേവകരായി എത്തുന്നവർ ഏറ്റെടുക്കേണ്ട പ്രവർത്തികളും ഗാന്ധിജി വ്യക്തമാക്കുന്നു.

പ്രഥമ പരിഗണന നല്കേണ്ടത് നൂൽനൂല്പിനും നെയ്ത്തിനുമാണ്. ഖാദി പ്രചാരണത്തിന്റെ പിന്നിലുള്ള ആശയം കൃഷിയെ സഹായിക്കുന്ന ഒരു വ്യവസായമാണ് ഖാദി എന്ന നിലയിലാണ്. ചർക്കയുടെ യഥാർത്ഥ സ്ഥാനം ഗ്രാമങ്ങളിലെ അലസത ഇല്ലാതാക്കുന്നതിലാണ്.

ഗ്രാമപ്രവർത്തകന് വെറുതെ കളയാൻ സമയമില്ല. അയാൾ സ്വയം നൂൽ ഉല്പാദിപ്പിക്കുകയും മറ്റുള്ളവരെ അതിനായി പ്രേരിപ്പിക്കുകയും വേണം. അയൽവാസികൾ നോക്കി പഠിക്കേണ്ട ഒരു ജീവിതമായിരിക്കണം പ്രവർത്തകന്റേത്.

അദ്ധ്വാനം സന്തോഷമായി കണ്ട് പ്രവർത്തിക്കുമ്പോൾ ഗ്രാമീണർ അയാളോടൊപ്പം ചേരും.

ഗ്രാമപ്രവർത്തകൻ ഖാദിവ്യവസായത്തിന്റെ ജീവിക്കുന്ന പ്രതീകമായിരിക്കും. പരുത്തികൃഷിയുടെ എല്ലാ ഘട്ടങ്ങളും അയാൾക്ക് പരിചയമുണ്ടായിരിക്കണം. ഗ്രാമീണ കൃഷിക്കാരോടൊപ്പം പരുത്തികൃഷിയുടെ വിവിധ ഘട്ടങ്ങൾ പ്രവർത്തകൻ താല്പര്യപൂർവ്വം പഠിക്കുന്നു.

ഗ്രാമങ്ങളിലെ കരകൗശല വ്യവസായവും പ്രവർത്തകന്റെ ശ്രദ്ധയിൽ ഉണ്ടാകണം. ഗ്രാമങ്ങളിലെ കുടിൽവ്യവസായങ്ങൾ വിപുലീകരിക്കുന്നതിനും മെച്ചപ്പെടുത്തുന്നതിനും പ്രവർത്തകന്റെ ശ്രദ്ധ പതിയണം.

ഗ്രാമീണരെ ഖാദിവ്യവസായത്തിൽ തല്പരരാക്കുന്നതോടെ ഗ്രാമശുചിത്വവും ആരോഗ്യസംരക്ഷണവും പ്രധാന കർത്തവ്യമായെടുക്കണം. ഗ്രാമപ്രവർത്തകൻ ഇതിലും ഗ്രാമീണർക്ക് മാതൃക കാട്ടണം. സ്വന്തം വീട് ചൂലും മമ്മട്ടിയുമെടുത്ത് വൃത്തിയാക്കുന്ന നീതി ഗ്രാമീണർക്ക് പ്രചോദനമേകും.

ഹരിജനോദ്ധാരണ പ്രവർത്തനങ്ങളിലും ഗ്രാമസേവകൻ താല്പര്യം കാണിക്കണം. സ്വന്തം വീട്ടിൽ അവർക്ക് പ്രവേശനം നല്കുകയും അവരുടെ വിഷമതകൾ ശ്രദ്ധാപൂർവ്വം കേട്ട് പരിഹാരം നിർദ്ദേശിക്കണം. വേണ്ടിവന്നാൽ അവരോടൊപ്പം താമസിക്കുകയും വേണം.

ഗ്രാമീണരെ അക്ഷരഭ്യാസം ചെയ്യിക്കാൻ ശ്രമിക്കുന്നതിനുമുമ്പ് കുട്ടികളെ സമകാലികസംഭവങ്ങളും ചരിത്രം, ഭൂമിശാസ്ത്രം പ്രാഥമിക ഗണിതം എന്നിവ വാക്കാൽ പരിചയപ്പെടുത്തുന്ന രീതി അവലംബിക്കാം. അക്ഷരാഭ്യാസം പിന്നീട് മതി.

ഗ്രാമീണരുടെ എല്ലാ സംശയങ്ങൾക്കും മറുപടി നല്കണം. ഗ്രാമീണർ പ്രവർത്തകന്റെ നേർക്ക് അലംഭാവം കാട്ടുമ്പോഴും അയാൾ പ്രവർത്തി ഉപേക്ഷിക്കരുത്. ആത്മീയ പ്രചോദനം കൊണ്ടായിരിക്കണം അയാളുടെ സേവനങ്ങൾ. അതു തുടർന്നുകൊണ്ടേയിരിക്കണം, ഒരു പരീ

ക്ഷണമെന്ന നിലയിൽ.

ഗ്രാമശുചീകരണം മാതൃകാപരമായി ഏറ്റെടുത്തില്ലെങ്കിൽ ഇന്ത്യൻ ഗ്രാമങ്ങൾ മാലിന്യക്കൂമ്പാരങ്ങളായിത്തീരും. ഗ്രാമസേവകൻ ഗ്രാമീണ നിരക്ഷരത നിർമ്മാർജ്ജനം ചെയ്യാൻ അടിസ്ഥാനവിദ്യാഭ്യാസം നല്കുന്ന അദ്ധ്യാപകൻ എന്ന നിലയിൽ സേവനമനുഷ്ഠിക്കണം.

വയോജനവിദ്യാഭ്യാസവും ഗ്രാമസേവകന് അവഗണിക്കാൻ കഴിയില്ല.

ഗ്രാമസേവകന് നിർവ്വഹിക്കാനുള്ള മറ്റൊരു പ്രധാന കർത്തവ്യം സ്ത്രീസമത്വം പ്രോത്സാഹിപ്പിക്കുകയാണ്. പരമ്പരാഗത ഇന്ത്യൻ സമൂഹത്തിൽ ആൺകുട്ടിയെപ്പോലെ പെൺകുട്ടികളെ സ്വാഗതം ചെയ്യുന്നില്ല. തുടർന്നും അവർ അവഗണിക്കപ്പെടുന്നു. സ്ത്രീകളെ അടിച്ചമർത്തുന്നത് അഹിംസയുടെ നിഷേധമാണ്. ഗ്രാമം പ്രവർത്തകൻ സ്ത്രീകളെ അവരുടെ അമ്മയായോ സഹോദരിമാരായോ പുത്രിമാരായോ ഗണിക്കുകയും അവർ അർഹിക്കുന്ന ബഹുമാനം നല്കുകയും വേണം.

ഗ്രാമീണരുടെ വിശ്വാസം ആർജ്ജിക്കാൻ പ്രവർത്തകന് ഇത്തരം പ്രവർത്തനങ്ങളിലൂടെ കഴിയും.

അനാരോഗ്യം കൈമുതലായുള്ളവർക്ക് സ്വരാജ് നേടിയെടുക്കുവാൻ കഴിയില്ല. ഗ്രാമപ്രവർത്തകൻ ആരോഗ്യകാര്യങ്ങളിൽ അറിവു നേടുകയും അത് ജനങ്ങളിലേക്ക് പകരുകയും വേണം.

പൊതുവായ ഒരു ദേശഭാഷയില്ലാതെ ഒരു രാഷ്ട്രവും നിലവിൽ വരുന്നില്ല. ഗ്രാമപ്രവർത്തകൻ രാഷ്ട്രഭാഷയിൽ പ്രാവീണ്യം നേടുകയും ഉപയോഗിക്കുകയും ചെയ്യണം.

ഇംഗ്ലീഷ് ഭാഷയോടുള്ള അമിതാസക്തി നമ്മുടെ പ്രാദേശിക ഭാഷകളെ അവഗണനയിലാക്കി. ഗ്രാമപ്രവർത്തകർ അവരുടെ സേവനമേഖലയിലെ ഭാഷ പഠിക്കുകയും ഉപയോഗിക്കുകയും ചെയ്യുന്നത് പ്രാദേശിക ഭാഷകളുടെ പ്രോത്സാഹനത്തിന് വഴിയൊരുക്കും.

ഗ്രാമസേവനപ്രവർത്തനം ദുർബ്ബലപ്പെടുന്ന സ്ഥിതിവിശേഷം സൃഷ്ടിക്കുക സാമ്പത്തിക അസന്തുലിതാവസ്ഥയാണ്. സാമ്പത്തിക സമത്വംകൊണ്ട് എല്ലാവർക്കും ഒരേ രീതിയിലുള്ള സാമ്പത്തികചുറ്റുപാടുകൾ ഉണ്ടാവുക എന്നതല്ല. മറിച്ച് ക്രൂരമായ സാമ്പത്തിക അസമത്വങ്ങൾ അഹിംസാത്മകമായ നിലപാടുകളിലൂടെ ദൂരീകരിക്കാൻ സാധിക്കുക എന്നതിലാണ്.

ധനികരായ ഒരു ന്യൂനപക്ഷത്തിന്റെ കൈയിൽ കുന്നുകൂടിയിരിക്കുന്ന സമ്പത്തും അർദ്ധപട്ടിണിക്കാരായ മൂകലക്ഷങ്ങൾ മറ്റൊരു വശത്തും നില്ക്കുന്ന അവസ്ഥയിൽ ആദ്യത്തെ വിഭാഗത്തെ കുറച്ചു താഴ്ത്തുകയും രണ്ടാമത്തെ വിഭാഗത്തെ ഉയർത്തുകയും ചെയ്യുക എന്ന തുലനപ്രവർത്തിയാണ് ഗാന്ധിജി ആഗ്രഹിച്ചിരുന്നത്.

ഗ്രാമപ്രവർത്തകരുടെ ഭയാശങ്കകളെക്കുറിച്ചും ഗാന്ധിജി ബോധവാനായിരുന്നു.

ഗ്രാമത്തിൽ പ്രവർത്തനം നടത്തുമ്പോൾ കുടുംബവുമായി ജീവിക്കുവാനുള്ള സാമ്പത്തിക ചുറ്റുപാടുകൾ ഉണ്ടാകുമോ എന്ന ഭയം പലർക്കും ഉണ്ടായിരുന്നു. ഗാന്ധിജിയുടെ അഭിപ്രായത്തിൽ ഇത് തികച്ചും തെറ്റാണ്. നഗരവാസിയുടെ മനസ്സുമായി പ്രവർത്തകൻ ഗ്രാമത്തിലെത്തിയാൽ ഈ ഭയം ശരിയാകാം. പക്ഷേ, ഗ്രാമത്തിൽ വസിച്ച് അദ്ധ്വാനിച്ച് ജീവിക്കാൻ ശ്രമിക്കുന്ന ഒരാളെ സംബന്ധിച്ചിടത്തോളം നിരന്തരം അദ്ധ്വാനിച്ച് ജീവിക്കുന്നവന്റെ ജീവിതം ഉത്തേജനം നല്കേണ്ടതാണ്. ഒരു പരാന്നഭോജിയായിട്ടല്ല പ്രവർത്തകൻ ഗ്രാമത്തിലേക്ക് പോകുന്നത്, ഒരു ഗ്രാമ ഉല്പാദകൻ ആയിട്ടാണ്.

സാധാരണ സൈസിലുള്ള കുടുംബം ആണെങ്കിൽ അയാളുടെ ഭാര്യയും മറ്റൊരു കുടുംബാംഗവും അയാളോടൊപ്പം അദ്ധ്വാനിക്കാനുണ്ടാവും. വരുമാനം ലഭിക്കുന്ന മറ്റ് പ്രവർത്തികളും അയാൾക്ക് ചെയ്യാനാകുമോ എന്ന് ഗാന്ധിജിതന്നെ ചിന്തിക്കുന്നുണ്ട്. ഉദാഹരണത്തിന് മായം ചേർക്കാത്ത വസ്തുക്കൾ വില്ക്കുന്ന ഒരു ഷോപ്പ് നടത്തുന്ന കാര്യം. ഗ്രാമീണരെ ചൂഷണം ചെയ്യാതെ ഒഴിവുസമയങ്ങളിൽ ചെറിയ വരുമാനമുണ്ടാക്കുന്ന പ്രവൃത്തികളിൽ ഏർപ്പെടാം. ഗ്രാമീണർക്കും അത് പ്രചോദനമാകും. ഗ്രാമങ്ങളിൽനിന്ന് ലഭിക്കുന്ന പാഴ്വസ്തുക്കളിൽ നിന്നും ബസാറിൽ വില്ക്കാൻ കഴിയുന്ന ചെറിയ സാമഗ്രികൾ ഉണ്ടാക്കാമെങ്കിൽ നന്നായിരിക്കും. ഉദാ. മുളക്കഷ്ണങ്ങളിൽനിന്ന് സ്പൂൺ, കത്തി തുടങ്ങിയവ.

ഗ്രാമപ്രവർത്തകരുടെ മറ്റൊരു ആശങ്ക അവരുടെ കുട്ടികളുടെ വിദ്യാഭ്യാസ കാര്യങ്ങളിലാണ്. ഗാന്ധിജി ഇതേക്കുറിച്ച് അഭിപ്രായപ്പെട്ടത് ഇങ്ങനെയായിരുന്നു.

ആധുനികവിദ്യാഭ്യാസമാണ് നിങ്ങൾ ഉദ്ദേശിക്കുന്നുവെങ്കിൽ ഗാന്ധിജിക്ക് ഒന്നും സഹായിക്കാനില്ല. മറിച്ച്, ആരോഗ്യമുള്ള, കായബലമുള്ള, അന്തസ്സുള്ള, ബുദ്ധിമാന്മാരായ ഗ്രാമീണരായി പിതാവിന്റെ സംരക്ഷണയിൽ കഴിഞ്ഞ് സ്വന്തം ജീവിതോപാധികൾ നേടി സ്വയം അദ്ധ്വാനിച്ച് വരുമാനമുണ്ടാക്കുന്ന വിദ്യാഭ്യാസമാണെങ്കിൽ അവർക്ക് അത് ഗ്രാമത്തിൽനിന്നുതന്നെ ലഭിക്കും. അന്തസ്സുള്ള ഗൃഹത്തോട് കിടപിടിക്കത്തക്ക മറ്റൊരു സ്കൂളില്ല. അന്തസ്സും ഗുണാത്മകചിന്തകളുമുള്ള രക്ഷിതാക്കളോളം നല്ല അദ്ധ്യാപകരുമില്ല.

ആധുനികഹൈസ്കൂൾ വിദ്യാഭ്യാസം ഗ്രാമീണരുടെ മേലുള്ള ഒരു അജൈവ പിണ്ഡമാണ്. ഗ്രാമീണ പ്രവർത്തകൻ അന്തസ്സുള്ള സ്ത്രീയോ പുരുഷനോ അല്ലെങ്കിൽ, അന്തസ്സുള്ള ഒരു ഭവനം നിലനിർത്താൻ കഴിയുന്നില്ലെങ്കിൽ ഒരു ഗ്രാമീണപ്രവർത്തകൻ ആകാൻ ഉള്ള യോഗ്യത അവർക്കില്ല തന്നെ.

ഗ്രാമസേവകന്മാരുടെ ചോദ്യങ്ങൾക്ക് ഗാന്ധിജി നല്കുന്ന ഉത്തരം

ഗ്രാമസ്വരാജിന്റെ വിജയശില്പികളായി ഗാന്ധിജി കണ്ടത് ഗ്രാമ

സന്നദ്ധ പ്രവർത്തകരെത്തന്നെയാണ്. 1936 ഫെബ്രുവരിയിൽ സന്നദ്ധ പ്രവർത്തകരുടെ ഒരു യോഗത്തിൽ അവരുടെ സംശയങ്ങളുടെ സമഗ്രത ഒരു ചോദ്യാവലിയിലാക്കി ഗാന്ധിജിക്ക് നല്കുകയുണ്ടായി. പ്രവർത്ത കരുടെ സംശയങ്ങൾ മുഖ്യമായും അവരുടെ കടമകൾ, ജീവിതോപാധി, ശാരീരികാദ്ധ്വാനം, ഡയറിരേഖപ്പെടുത്തൽ തുടങ്ങിയ കാര്യങ്ങളെക്കുറി ച്ചാണ്.

ഗാന്ധിജിയുടെ പ്രധാന അനുയായികളിലൊരാളും ഭൂദാന യജ്ഞ ത്തിന്റെ പ്രചാരകനുമായിരുന്നു വിനോബഭാവെ പ്രവർത്തകർക്കുവേണ്ടി തയ്യാറാക്കിയ പ്രതിജ്ഞയിൽ അഹിംസ, സത്യം, കളവില്ലായ്മ, ബ്രഹ്മ ചര്യം, സ്വത്ത് ത്യജിക്കൽ, ശാരീരികാദ്ധ്വാനം, ഭക്ഷണനിയന്ത്രണം, നിർഭ യത എല്ലാ മതങ്ങളെയും തുല്യമായി കണക്കാക്കൽ, സ്വദേശി സാർവ്വ ദേശീയ സാഹോദര്യം തുടങ്ങിയ വ്രതം സ്വീകരിക്കാനും പ്രാർത്ഥനാ യോഗങ്ങളിൽ ആലപിക്കാനും നിർദ്ദേശിച്ചിരുന്നു.

ഗ്രാമങ്ങളിൽ പ്രവർത്തകർ അവരുടെ ജീവിതോപാധികൾ എങ്ങനെ കണ്ടെത്തുമെന്ന സംശയത്തിന് ഗാന്ധിജി ഇങ്ങനെ ഉത്തരം നല്കുന്നു.

ഏറ്റവും നല്ല മാർഗ്ഗം ഗ്രാമീണരെത്തന്നെ ആശ്രയിക്കുകയാണ്. അതിൽ മാനക്കേട് ഒന്നുമില്ല. എളിമ മാത്രമേയുള്ളൂ. ഗ്രാമത്തിനുവേണ്ടി പ്രവർത്തിക്കുകയും അയാൾക്ക് ആവശ്യമായ ധാന്യങ്ങളും പച്ചക്കറി കളും ഗ്രാമീണരിൽനിന്നും സ്വീകരിക്കുകയും ചെയ്യുക. കുറച്ചു പണവും സ്വീകരിക്കാം. പോസ്റ്റൽ ചെലവുകൾക്കും മറ്റ് പണമാവശ്യങ്ങൾക്കും അവ ഉപയോഗിക്കാം.

ഇവിടെ പ്രസക്തമായ ചോദ്യം ഗ്രാമം ആ പ്രവർത്തകനെ സന്തോഷ പൂർവ്വം ക്ഷണിച്ചുവരുത്തിയതെങ്കിൽ അവിടെ സ്വീകാര്യതയുണ്ടാകും. ഗ്രാമീണർ ചിലപ്പോൾ പ്രവർത്തകരുടെ ചില പ്രവർത്തികളിൽ അപ്രീ തിയുള്ളവരായി മാറാം. ഗാന്ധിജി അത്തരമൊരവസരം ഓർമ്മിപ്പിക്കു ന്നത് 1915 ൽ അദ്ദേഹം സത്യഗ്രഹാശ്രമത്തിൽ ഹരിജനങ്ങളെ പാർപ്പി ച്ചപ്പോൾ ഉണ്ടായ എതിർപ്പാണ്.

ഗ്രാമങ്ങളിൽ സന്നദ്ധ പ്രവർത്തനത്തിന് എത്തിച്ചേർന്നവർ ശാരീ രികാദ്ധ്വാനത്തിൽ മുഴുവനായി ഏർപ്പെടുകയും ഗ്രാമീണരുടെ അലസ തയും മടിയും മാറ്റിയെടുക്കുകയും വേണം. ഏതു ജോലിയും ചെയ്യാ മെങ്കിലും മുൻഗണന തോട്ടിപ്പണിക്ക് (Scavenging) ക്ക് നല്കണം. ഈ പ്രവൃത്തിയിലുള്ള സേവനം ഗ്രാമത്തിൽ അത്യന്താപേക്ഷിതമാണ്.

ഗ്രാമത്തിൽ ചെലവഴിക്കുന്ന ഓരോ മിനുട്ടിലും ചെയ്യുന്ന പ്രവൃത്തി കളുടെ സംക്ഷിപ്തവിവരം ഡയറിയിൽ നിത്യേന കുറിച്ചുവെക്കണം. യഥാർത്ഥത്തിൽ എഴുതുന്ന ആളിന്റെ മനസ്സിന്റെ കണ്ണാടിയാണ് ഡയറി. പക്ഷേ, ചിലർക്ക് മാനസിക വ്യാപാരങ്ങൾ സത്യസന്ധമായി രേഖപ്പെ ടുത്തുന്നതിന് വിഷമമുണ്ടാകും. അത്തരക്കാർ ശാരീരിക പ്രവർത്തന ങ്ങൾ മാത്രം രേഖപ്പെടുത്തിയാൽ മതി. പക്ഷേ, അതും വ്യക്തമായി എഴുതാൻ മറക്കരുത്.

യജമാനന്മാരുടെ നേരിട്ട് കീഴിൽ ജോലിചെയ്യുന്നവരുടെ അദ്ധ്വാനവും കഷ്ടപ്പാടും ലഘൂകരിക്കുന്നതിനും ജയമാനന്മാരിൽനിന്നും അവർക്ക് നീതി ലഭിക്കുന്നുണ്ടെന്നും ഉറപ്പുവരുത്തണം.

ഗ്രാമസേവകർ രാഷ്ട്രീയത്തിൽ നേരിട്ടിടപെടരുത്. അയാൾക്ക് കോൺഗ്രസ് അംഗമാകാം. പക്ഷേ, തിരഞ്ഞെടുപ്പ് പ്രവർത്തനങ്ങളിൽ ഇടപെടരുത്. ഗ്രാമങ്ങളിലെ തർക്കങ്ങളിലും അയാൾ കക്ഷി ചേരരുത്. പ്രചോദനങ്ങളിൽ പാറപോലെ ഉറച്ചുനില്ക്കുന്ന ശുദ്ധാത്മാവ് ആയിരിക്കണം പ്രവർത്തകൻ. ഒരു ഗ്രാമത്തെ മുഴുവൻ രക്ഷിക്കാൻ ഒരു ശുദ്ധാത്മാവിന് ചിലപ്പോൾ കഴിഞ്ഞേക്കും.

ഗ്രാമത്തിലെ ജനങ്ങളിൽനിന്ന് വ്യത്യസ്തമായി ഗ്രാമസേവകന് പാൽ, പഴങ്ങൾ, വെജിറ്റബിൾ എന്നിവ ഉപയോഗിക്കാമോ എന്ന ചോദ്യത്തിൽ ഗാന്ധിജി ഇപ്രകാരം മറുപടി പറയുകയുണ്ടായി.

ഗ്രാമീണരുടെ സേവനത്തിനായാണ് സേവകൻ അവിടെ എത്തിയിട്ടുള്ളത്. അയാളുടെ പ്രവർത്തനത്തിന് ആവശ്യമായ ആഹാരക്രമം അയാളുടെ അവകാശമാണ്. ഗ്രാമീണരിൽനിന്നും ഉയർന്നതും വ്യത്യസ്തവുമായ ജീവിതരീതിയിൽ അവർക്ക് വിഷമമുണ്ടാകാൻ ഇടയില്ല. സേവകന്റെ മനഃസാക്ഷിക്കനുസരിച്ച് പ്രവർത്തിക്കാം. ആർഭാടകരമായ ഒരു ജീവിതക്രമം പ്രവർത്തകന് പാടില്ല. ഗ്രാമത്തിലുള്ള നിരവധി പഴങ്ങളും ഇലക്കറികളും ഉപയോഗിക്കാം. ഒരു പശുവിനെ വളർത്തിയാൽ പാലും ഉപയോഗിക്കാം.

എല്ലാ ഗ്രാമങ്ങളിലും വിവിധ പാർട്ടികളും അണികളും ഉണ്ട്. പ്രാദേശിക സഹായം ആവശ്യപ്പെടേണ്ടുന്ന സന്ദർഭങ്ങളിൽ രാഷ്ട്രീയക്കാരുടെ ഇടപെടലുകളിൽപെടാതെ കാര്യങ്ങൾ നിർവ്വഹിച്ചുകൊണ്ടിരിക്കണം. അധികാര രാഷ്ട്രീയത്തിന്റെ നിഴലിൽ പെടാതെ പ്രാദേശിക സഹായം കഴിയുന്നത്ര സ്വീകരിച്ച് മുന്നോട്ടുപോകാം. ഗ്രാമസേവകന് രാഷ്ട്രീയം പാടില്ല എന്നു ചുരുക്കം.

ഗ്രാമസേവകന്മാർക്ക് നല്കുന്ന പരിശീലന പരിപാടിയിൽ പങ്കെടുത്ത് ഗാന്ധിജി ഇപ്രകാരം അവരെ ഉപദേശിക്കുകയുണ്ടായി. ഗ്രാമീണരുടെ സേവകരോടുള്ള അകല്ച ഭയംകൊണ്ടോ സംശയങ്ങൾ കൊണ്ടോ ആകാം. അവ പരിഹരിക്കുന്നതിന് മാന്യപ്രവർത്തികളിലൂടെ അവരുടെ വിശ്വാസം ആർജ്ജിക്കുക. സേവകൻ അവരെ നിർബ്ബന്ധിച്ച് എന്തെങ്കിലും ചെയ്യുന്നതിനുവേണ്ടി അവിടെ വന്നതല്ല. നമ്മുടെ പെരുമാറ്റത്തിൽക്കൂടി അവരെ ബോദ്ധ്യപ്പെടുത്തേണ്ടത് നമുക്ക് സ്വാർത്ഥ താല്പര്യങ്ങൾ ഒന്നുമില്ല. ക്ഷമാപൂർവ്വം ചെയ്യേണ്ട പ്രവർത്തിയാണിത്.

ഗ്രാമസേവകന്മാർക്ക് ഉണ്ടായിരുന്ന മറ്റ് രണ്ട് സംശയങ്ങൾ:

1. പ്രതിഫലം വാങ്ങാതെ സേവനം ചെയ്യുന്നവരെ മാത്രം ഗ്രാമീണർ ഇഷ്ടപ്പെടുന്നുവെന്നും 2) കുടിൽ വ്യവസായങ്ങളിൽ പരിശീലനം നല്കുന്നത്. സ്വയം തൊഴിൽ ചെയ്യുവാനോ അതല്ല ഗ്രാമീണരെ പരി

ശീലിപ്പിക്കാനോ? ഒരു കൊല്ലംകൊണ്ട് അതിന്റെ വിദ്യ പഠിച്ചുതീരുമോ? എന്നും സംശയമുന്നയിച്ചിരുന്നു.

ഇതിൽ ഒന്നാമത്തെ സംശയത്തിന് ഗാന്ധിജി നല്കുന്ന മറുപടി, പ്രതിഫലം വാങ്ങുന്നവരെയും ഇല്ലാത്തവരെയും ഗ്രാമീണർക്ക് അറിയില്ല. നിങ്ങളുടെ ആത്മാർത്ഥമായ സേവനപ്രവർത്തനങ്ങളുടെ അടിസ്ഥാനത്തിലായിരിക്കും വിലയിരുത്തപ്പെടുക. രണ്ടാമത്, ഗ്രാമസേവകരെ ഓരോ കുടിൽ വ്യവസായം പഠിപ്പിക്കുന്നത് അത്തരം അറിവില്ലാതെ നിങ്ങൾക്ക് ആവശ്യമായ നിർദ്ദേശങ്ങൾ ഗ്രാമവാസികൾക്ക് കൊടുക്കാൻ കഴിയില്ല എന്നതുകൊണ്ടാണ്. ഉത്സാഹികളായ ചില സേവകർക്കെങ്കിലും പ്രത്യേകകൈവേല നന്നായി പഠിച്ച് അതുകൊണ്ടൊരു ജീവിതമാർഗ്ഗം തുറക്കാനും കഴിഞ്ഞേക്കും.

(ഹരിജൻ 25.7.36)

ഗ്രാമസേവകന്മാരെ ഗ്രാമപുനർനിർമ്മാണപ്രവർത്തനങ്ങൾക്കായി നിയമിച്ചാൽ നേരിടേണ്ടിവരുന്ന ആന്തരികവിപത്തുകളെക്കുറിച്ചും ഗാന്ധിജി ബോധവാനായിരുന്നു.

ഏത് പ്രസ്ഥാനത്തിന് അന്ത്യമുണ്ടാകുന്നത് ബാഹ്യമായ അക്രമങ്ങൾ കൊണ്ടാകില്ല. ആന്തരികമായ ബലമില്ലായ്മ സ്വാഭാവികമായ അന്ത്യം വരുത്തും.

സേവകരായി ഗ്രാമങ്ങളിൽ എത്തുന്നവർക്ക് സ്വഭാവമഹിമയുണ്ടാകണം. നിരന്തരമായി സേവനപ്രവർത്തനങ്ങളിൽ പുതിയ പുതിയ അറിവുകൾ നേടി ആത്മാർത്ഥമായി പ്രവർത്തിക്കുന്ന സേവകരെ മാത്രമേ ഗ്രാമീണർ സ്നേഹത്തോടെ ഉൾക്കൊള്ളുകയുള്ളൂ. സ്വയം ബാധകമാക്കിയ ലാളിത്യവും എളിമയും ഗ്രാമീണർ വിലമതിക്കുന്ന സ്വഭാവസവിശേഷതകളാണ്.

ഗ്രാമീണരുടെ ശരാശരി ജീവിതരീതികളിൽനിന്നും വിഭിന്നരായി ദന്തഗോപുരവാസികളായ പ്രവർത്തകർക്ക് ഗ്രാമീണരിൽ ഒരു ചലനവും ഉണ്ടാക്കാൻ കഴിയില്ല. പ്രവർത്തകരുടെ സ്വഭാവ വൈശിഷ്ട്യം തന്നെയാണ് ആകർഷണബിന്ദു.

സ്വഭാവമഹിമ ഇല്ലാത്തവരും ലളിത ജീവിതചര്യ അന്യമാക്കിയവരുടെയും പ്രവർത്തനഫലമായി ചിലയിടങ്ങളിൽ ഈ സമ്പ്രദായം തന്നെ തകരാറിലായ കാര്യവും ഗാന്ധിജിയുടെ ശ്രദ്ധയിൽപ്പെട്ടിരുന്നു. എല്ലാവരും ഇങ്ങനെയായാൽ ഗ്രാമസേവകസമ്പ്രദായംതന്നെ ഉപേക്ഷിക്കേണ്ടിവരും. നഗരങ്ങളിൽനിന്നും ഗ്രാമസേവനത്തിനായി ചുമതലപ്പെടുത്തുന്നവർ ഗ്രാമ്യമനസ്സ് ഉൾക്കൊണ്ട് പ്രവർത്തിക്കുകയാണെങ്കിൽ കാര്യങ്ങൾ ഭംഗിയായി കലാശിക്കും. ചെറിയ ചെറിയ വീട്ടുവീഴ്ചകൾ ഗ്രാമവാസികളും നഗരവാസികളായ പ്രവർത്തകരും ചെയ്യേണ്ടിവരും. പ്രവർത്തകന്റെ ആരോഗ്യത്തിനു ഹാനികരമായ ജീവിതരീതി അയാൾ ഗ്രാമത്തിൽ കൈക്കൊള്ളുകയും വേണ്ട.

സമഗ്രഗ്രാമസേവ

ഗ്രാമപുനർനിർമ്മാണപ്രവർത്തനങ്ങൾക്കായി ജീവിതം ഉഴിഞ്ഞു വെച്ച ഗ്രാമസേവക്മാർ സേവനത്തിന്റെ മൂർത്തീഭാവം ഉൾക്കൊണ്ടവൻ ആകണമെന്നതിൽ ഗാന്ധിജിക്ക് സംശയം ഒന്നുമില്ല. ഗാന്ധിജി തന്റെ അഭിപ്രായങ്ങൾ ഇപ്രകാരം വെളിപ്പെടുത്തുകയുണ്ടായി.

ഒരു സമഗ്രഗ്രാമസേവകൻ ഗ്രാമത്തിലെ എല്ലാവരെയും നേരിട്ട് പരിചയമുള്ള ആളും തനിക്ക് സാദ്ധ്യമായ സേവനങ്ങൾ ചെയ്യാൻ തയ്യാറുള്ള ആളുമായിരിക്കണം. ഇതിനർത്ഥം എല്ലാ പ്രവർത്തനങ്ങളും അയാൾ ഏകനായി ചെയ്യണം എന്നല്ല. ഓരോ പ്രവർത്തിയിലും സഹായിക്കാൻ കഴിവുള്ളവർക്ക് ആവശ്യമായ പരിശീലനം പ്രവർത്തകൻ നല്കണം.

ഗ്രാമീണരുടെ വിശ്വാസം നേടിയെടുത്ത് കഴിഞ്ഞാൽ സേവകന്റെ ഉപദേശം അവർ എല്ലാ കാര്യങ്ങളിലും തേടും. ഗാന്ധിജി ഉദാഹരണമായി പറയുന്നത് ഞാൻ ഒരു ഗ്രാമത്തിൽ ചെന്ന് താമസിക്കുന്നുവെന്ന് സങ്കല്പിക്കുക. ഗ്രാമീണർക്ക് എല്ലാ കാര്യങ്ങളിലും ഞാൻ ഒരു മാതൃകയായിരിക്കും. അവരുടെ കുട്ടികൾക്ക് ആവശ്യമായ വിദ്യാഭ്യാസം നല്കാനുള്ള കഴിവ് എനിക്കുണ്ടെങ്കിലും സമയക്കുറവുമൂലം അതിന് തുനിയുന്നില്ല. ഞാൻ അവരോട് പറയുന്നത് ആവശ്യമായ ചെലവ് വഹിക്കാൻ തയ്യാറുണ്ടെങ്കിൽ ഒരു അദ്ധ്യാപകനെ ഏർപ്പാടാക്കിത്തരാം. അവർ സന്തോഷപൂർവ്വം അതിനോട് യോജിക്കുന്നു. പിന്നീട് നൂൽ നൂല്പും നെയ്ത്തും പരിശീലിക്കാൻ അവർ തയ്യാറാവുമ്പോൾ മുൻ പറഞ്ഞ നിബന്ധനകളിൽ ഒരു നെയ്ത്തുകാരനെ ഏർപ്പാടാക്കുന്നു. ശുചീകരണം, ആരോഗ്യശാസ്ത്രം തുടങ്ങിയ വിഷയങ്ങളെക്കുറിച്ച് നിർദ്ദേശം നല്കുമ്പോൾ ഒരു തൂപ്പുകാരനെ അവർ ആവശ്യപ്പെടുന്നു. “ഞാനായിരിക്കും

ഗ്രാമങ്ങളും ഗവൺമെന്റ് പ്രവർത്തനങ്ങളും

1937 ലെ പ്രവിശ്യാതിരഞ്ഞെടുപ്പുകളിൽ കോൺഗ്രസ് പാർട്ടി അധികാരത്തിലെത്തിയ പശ്ചാത്തലത്തിലാണ് ഗാന്ധിജി ഗവൺമെന്റിന് ഗ്രാമ പുനരുദ്ധാരണത്തിന് എന്ത് ചെയ്യാൻ കഴിയുമെന്ന് ചിന്തിക്കാൻ തുടങ്ങിയത്.

പുതിയതായി അധികാരം ലഭിച്ച പ്രവിശ്യാഗവൺമെന്റുകൾക്ക് ഖാദിയുടെയും മറ്റ് ഗ്രാമവ്യവസായങ്ങളും പ്രോത്സാഹിപ്പിക്കുന്നതിന് നല്ല സഹായം ചെയ്യാൻ കഴിയും. പ്രത്യേകിച്ചും ഭക്ഷണം, വസ്ത്രം എന്നിവയിൽ ക്ഷാമം നേരിടുന്ന കാലത്ത്.

ഓരോ പ്രവിശ്യാസർക്കാരും ഗ്രാമീണർ അവർക്കാവശ്യമുള്ളത്ര ഖദർ വസ്ത്രം ഉല്പാദിപ്പിക്കാൻ ആഹ്വാനം ചെയ്യണം. ഇത് പ്രാദേശികമായ ഉല്പാദനവും വിതരണവും ത്വരിതപ്പെടുത്തും. ഒരു നിശ്ചിത തീയതിക്കുശേഷം അവർക്ക് തുണി ലഭിക്കില്ല എന്ന അറിയിപ്പും നല്കണം. കൃഷിക്കാർക്ക് പരുത്തിക്കുരു, പരുത്തി എന്നിവ സർക്കാർ നിശ്ചിത വിലയ്ക്ക് നല്കി പ്രോത്സാഹിപ്പിക്കണം. വസ്ത്രനിർമ്മാണത്തിനാവശ്യമായ ഉപകരണങ്ങൾ കടം ആയി നല്കി അതിന്റെ വില അഞ്ചുകൊല്ലത്തിനുള്ളിൽ കൊടുത്ത് തീർക്കാൻ വ്യവസ്ഥ ചെയ്യണം. ഇൻസ്പെക്ടർമാരെയും നിയമിച്ച് ഗ്രാമങ്ങളിൽ ഖാദി ഉല്പാദനം പരമാവധി വർദ്ധിപ്പിച്ച് വസ്ത്രദൗർലഭ്യം പരിഹരിക്കണം.

ഗ്രാമവ്യവസായങ്ങളുടെ സംരക്ഷണാർത്ഥം വിശദമായ സർവ്വെ നടത്തി ഓരോ ഗ്രാമത്തിലും ഉല്പാദിപ്പിക്കാൻ കഴിയുന്ന വസ്തുക്കളുടെയും, പ്രത്യേകസഹായം വഴി നിർമ്മിക്കാൻ കഴിയുന്നവയും ഇനം തിരിച്ച് മനസ്സിലാക്കണം. ഗ്രാമ ആവശ്യങ്ങൾക്കുള്ള വസ്തുക്കളുടെയും പുറമെ വില്ക്കാൻ സാധിക്കുന്നവയുടെയും വിവരങ്ങളും ശേഖരിക്കണം.

ഖാദി വസ്ത്രങ്ങൾ കൂടാതെ ചക്കിലാട്ടുന്ന എണ്ണ, പിണ്ണാക്ക്, വിളക്ക് എണ്ണ, കുത്തരി, തേൻ, കളിപ്പാട്ടങ്ങൾ, പായകൾ, കൈകൊണ്ട് നിർമ്മിക്കുന്ന കടലാസ്, സോപ്പ് എന്നിവ ഗ്രാമങ്ങളിൽ നിർമ്മിക്കപ്പെടുന്നു. ഇവയെ പ്രോത്സാഹിപ്പിക്കുകയാണെങ്കിൽ ഗ്രാമജീവിതം വീണ്ടും തളിർത്ത് ഉല്ലസിക്കുകയും സ്വയം പര്യാപ്തതയിലേക്ക് നീങ്ങുകയും ചെയ്യും. നഗരങ്ങളിലേക്ക് ഇത്തരം വസ്തുക്കൾ കയറ്റി അയക്കാനും സാദ്ധ്യതകൾ ഏറും.

ഗ്രാമങ്ങളിൽ അവഗണിക്കപ്പെട്ട വിഭാഗമാണ് കന്നുകാലി സമ്പത്ത്. കുറ്റകരമായ അനാസ്ഥയാണ് ഇവയുടെ കാര്യത്തിൽ നാം അവലംബിച്ചിട്ടുള്ളത്. സമ്പത്തുല്പാദനത്തിൽ കന്നുകാലികൾ അനന്ത സാദ്ധ്യതകൾ നല്കുന്നു. ഗോസേവാസംഘം എന്ന സംഘടനയ്ക്ക് വിലപിടിപ്പുള്ള സഹായങ്ങൾ ഇക്കാര്യത്തിൽ ചെയ്യാൻ കഴിയും.

ഗ്രാമീണരുടെ വിദ്യാഭ്യാസകാര്യത്തിലും ശ്രദ്ധിക്കേണ്ടതുണ്ട്. കൃത്യമായ വിദ്യാഭ്യാസം പ്രത്യേകിച്ചും അടിസ്ഥാന വിദ്യാഭ്യാസം അവർക്കു പകർന്നു നല്കണം. ഹിന്ദുസ്ഥാനി താല്മി സംഘ് എന്ന സംഘടനയ്ക്ക് അടിസ്ഥാന വിദ്യാഭ്യാസ കാര്യത്തിൽ പല ഫലപ്രദമായ നടപടികൾ എടുക്കാൻ കഴിയും. (ഹരിജൻ 28.4.1946)

ഞാൻ മന്ത്രിയായെങ്കിൽ

പ്രവിശ്യകളിലെ പ്രാതിനിദ്ധ്യസ്വഭാവമുള്ള ഗവൺമെന്റുകൾ അവർക്ക് താല്പര്യമുള്ള കാര്യങ്ങൾ എത്രമാത്രം ജാഗ്രത്തായി ചെയ്യാമെന്ന് ഉപന്യസിക്കുന്നതോടൊപ്പം, ഗവൺമെന്റ് നിർബ്ബന്ധബുദ്ധി കാണിക്കുന്നുവെന്ന ആക്ഷേപം നിഷേധിക്കുകയുമുണ്ടായി.

ഒരു നിശ്ചിത തീയതിക്കുശേഷം മിൽത്തുണികൾ വിതരണം ചെയ്യില്ലെന്ന നിബന്ധന വേണമെന്ന ഗാന്ധിജിയുടെ നിർദ്ദേശത്തെയാണ് ഇപ്രകാരം വിമർശനത്തിന് വിധേയമാക്കിയത്.

എല്ലാവരുടെയും സമ്മതത്തോടുകൂടി മാത്രമേ ഖാദി നിർബ്ബന്ധമാക്കുന്ന തീരുമാനം പാടുള്ളുവെന്നും ഗാന്ധിജിക്ക് നിർബ്ബന്ധമുണ്ട്. കാരണം മുഴുവൻ ജനങ്ങളുടെയും പിന്തുണയില്ലെങ്കിൽ ഖാദിയിൽക്കൂടി നേടിയെടുക്കേണ്ട സ്വരാജ് ദുർബ്ബലമാറും.

ഖാദിയെ സ്വാതന്ത്ര്യത്തിന്റെ മുദ്രയായി കണക്കാക്കുന്ന ഗാന്ധിജി താൻ ഗ്രാമപുനരുദ്ധാരണ ചുമതലയുള്ള മന്ത്രിയായി ചുമതലയേല്ക്കുകയാണെങ്കിൽ ചെയ്യുന്ന കാര്യങ്ങൾ ഇങ്ങനെ വിവരിക്കുന്നു.

എന്റെ ആദ്യകടമ, ഗവൺമെന്റ് സർവ്വീസിലെ മാന്യരും അഴിമതിക്ക് വഴങ്ങാത്തവരുമായ ഉദ്യോഗസ്ഥരുടെ ഒരു പാനൽ ഉണ്ടാക്കുക എന്നതാണ്. അതിൽനിന്നും കാര്യപ്രാപ്തിയുള്ള കുറച്ചുപേരെ അഖിലേന്ത്യാ വില്ലേജ് ഇൻഡസ്ട്രീസിന്റെയും അഖിലേന്ത്യാ കുടിൽവ്യവസായ അസോസിയേഷന്റെയും പ്രവർത്തനങ്ങളുമായി ബന്ധപ്പെടുത്തും. അങ്ങനെ ഗ്രാമവ്യവസായങ്ങൾ പുനരുദ്ധീകരിക്കുന്നതിന് വിശാലമായ പദ്ധതിയുണ്ടാക്കി ഗ്രാമീണരെ യാതൊരു വിലക്കുകളും കൂടാതെ സ്വപ്ര

യത്നിച്ച് ഭക്ഷണം, വസ്ത്രം, മറ്റ് ആവശ്യവസ്തുക്കൾ നിർമ്മിക്കാൻ പ്രോത്സാഹനം നല്കും. മറ്റുള്ളവരുടെ അടിമകളാകാതെ സ്വപ്രയത്നവും സ്വതീരുമാനവും വഴിയായിരിക്കണം അവരുടെ നേട്ടങ്ങളെല്ലാം.

ഗാന്ധിജി പറയുന്ന ഇത്തരം പ്രവർത്തികൾക്ക് ഗ്രാമീണരെ പ്രാപ്തരാക്കുന്നതിന് വ്യക്തമായ ഒരു രൂപരേഖ ഉണ്ടാക്കാൻ ആദ്യത്തെ ഉദ്യോഗസ്ഥനെ ഏല്പിക്കും. വിദ്യാഭ്യാസപരമായ പ്രവർത്തനങ്ങൾ ഹിന്ദുസ്ഥാനി താല്മിസംഘം ഏറ്റെടുത്ത് നടപ്പാക്കുന്നതിലും അയാളുടെ മേൽനോട്ടം ഉണ്ടാകും.

ഗാന്ധിജി വിഭാവനം ചെയ്യുന്ന പ്രസ്തുത സ്കീമിൽ ചേർത്തിട്ടുള്ള വ്യവസ്ഥ പ്രകാരം ഗ്രാമീണർ സ്വമേധയാ ഒരു വർഷത്തിനുശേഷം തങ്ങൾക്ക് മിൽതുണികൾ ആവശ്യമില്ലെന്ന ഒരു പ്രഖ്യാപനം നടത്തും. അവർക്ക് കോട്ടൺ, വൂൾ, സാധനസാമഗ്രികൾ, നിർദ്ദേശങ്ങൾ എന്നി സൗജന്യമായി നല്കേണ്ടതില്ല. മറിച്ച് പിന്നീട് ലഘുവായ വ്യവസ്ഥകളിൽ തിരിച്ചുനല്കുന്ന രീതിയിൽ മാത്രമേ സ്വീകാര്യമാകൂ. ഇങ്ങനെയുള്ള സ്കീം പ്രവിശ്യ മുഴുവൻ ഒറ്റയടിക്ക് ബാധകമാക്കില്ല. ആരംഭത്തിൽ കുറച്ച് ഭാഗങ്ങൾക്ക് മാത്രം. അഖിലേന്ത്യാ സംഘടന ആവശ്യമായ സഹായങ്ങൾ നല്കും.

മേലുദ്ധരിച്ച പദ്ധതി ശക്തമായ രൂപംപ്രാപിച്ചു കഴിഞ്ഞാൽ നിയമവകുപ്പുമായി ആലോചിച്ച് നിയമമാക്കി നോട്ടിഫിക്കേഷൻ പുറപ്പെടുവിക്കും. നോട്ടിഫിക്കേഷനിൽ മില്ലുടമസ്ഥരും ഗ്രാമീണരും ഉൾപ്പെട്ടിരിക്കും. ജനങ്ങളുടെ അഭിലാഷം നോട്ടിഫിക്കേഷനിൽ പ്രതിഫലിക്കും, ഗവൺമെന്റ് മുദ്രയോടെ ദരിദ്രഗ്രാമീണരുടെ അഭിവൃദ്ധിക്കായി സർക്കാർ ധനം മൂലധനമാക്കുന്ന പദ്ധതി ജനങ്ങൾക്ക് വലിയ ആദായം പ്രദാനം ചെയ്യും. ലാഭകരമായ ഈ നിക്ഷേപപദ്ധതിയിൽ വിദഗ്ദ്ധോപദേശം സൗജന്യവും നടത്തിപ്പ് ചെലവ് പരിമിതവുമായിരിക്കും. നോട്ടിഫിക്കേഷനിൽ രാജ്യത്തിന് വഹിക്കേണ്ടിവരുന്ന ചെലവും ജനങ്ങൾക്ക് ലഭ്യമാകുന്ന ആദായവും പരാമർശിക്കും. മന്ത്രി എന്ന നിലയ്ക്ക് ഗാന്ധിജിക്ക് ഉത്തരം കണ്ടെത്തേണ്ട ഒരു ചോദ്യം അഖിലേന്ത്യാ കുടിൽ വ്യവസായ അസോസിയേഷൻ പ്രസ്തുത ഖാദി സ്കീം ഏറ്റെടുത്ത് നടപ്പാക്കാനുള്ള ധൈര്യം, വിശ്വാസം എന്നിവ പ്രകടിപ്പിക്കുമോ എന്നത് മാത്രമാണ്. "എങ്കിൽ എന്റെ ചെറുനൗക എല്ലാ ആത്മവിശ്വാസത്തോടെയും ഞാൻ കടലിലിറക്കും" (*ഹരിജൻ* 1.9.1946)

ഇന്ത്യയും ലോകരാഷ്ട്രങ്ങളും

സ്വാതന്ത്ര്യപ്രാപ്തിക്കുമുമ്പുതന്നെ ഗാന്ധിജി ലോകരാഷ്ട്രങ്ങളുമായി നമുക്കുണ്ടാകേണ്ട ബന്ധത്തെക്കുറിച്ചും ഇന്ത്യക്ക് ന്യായമായും ലഭിക്കേണ്ട സ്ഥാനത്തെക്കുറിച്ചും ചിന്തിച്ചിരുന്നു. *യങ് ഇന്ത്യ*യിൽ ഗാന്ധിജി ഇങ്ങനെ എഴുതി.

"ഇന്ത്യ ശക്തവും സ്വതന്ത്രവുമായിത്തീർന്ന് ലോകനന്മയ്ക്കായി ഇച്ഛയോടെയും ത്യാഗമനസ്ഥിതിയോടെയും പ്രവർത്തിക്കണം. ശുദ്ധാത്മാവ് ആയ വ്യക്തി കുടുംബത്തിനുവേണ്ടി ത്യാഗം അനുഷ്ഠിക്കും, അതുപോലെ അത്തരം കുടുംബങ്ങൾ ഗ്രാമത്തിനുവേണ്ടിയും, ഗ്രാമം ജില്ലയ്ക്കുവേണ്ടിയും, ജില്ല പ്രവിശ്യകൾക്കുവേണ്ടിയും പ്രവിശ്യകൾ രാഷ്ട്രത്തിനുവേണ്ടിയും, രാഷ്ട്രം എല്ലാവർക്കും (ലോകത്തിന്) വേണ്ടി നിലകൊള്ളുന്നു.

(*Young India* 17.9.25)

സാർവ്വദേശീയമായി ഇത്രയും സുന്ദരമായ ഒരു സങ്കല്പം നമുക്ക് വേറെയുണ്ടാകില്ല.

സ്വരാജ് വഴി നാം ലോകത്തെ മുഴുവൻ സേവിക്കും എന്നു ഗാന്ധിജി ഒരവസരത്തിൽ പറയുകയുണ്ടായി. (Y.I 16.4.31)

ലോകരാഷ്ട്രങ്ങളുമായുള്ള ബന്ധം ഗാന്ധിജി വിശദമാക്കുന്നത് ഇങ്ങനെ:

ലോകത്തിൽനിന്ന് വേറിട്ട് നില്ക്കേണ്ട ആവശ്യം നമുക്കില്ല.

എല്ലാ രാഷ്ട്രങ്ങളുമായി സ്വതന്ത്രമായ കൊടുക്കൽ വാങ്ങലുകൾ നമുക്കുണ്ടാകും. പക്ഷേ, ഇന്നത്തെ നിർബ്ബന്ധമായ കൈമാറ്റ സമ്പ്രദായം അഭിലഷണീയമല്ല. ചൂഷണം ചെയ്യപ്പെടുകയോ, മറ്റുള്ളവരെ ചൂഷണം ചെയ്യാനുള്ള താല്പര്യമോ നമുക്കില്ല.

ഗ്രാമസ്വരാജ് എന്ന പദ്ധതിയിൽക്കൂടി എല്ലാ കുട്ടികളെയും ഉല്പാദകരാക്കി രാഷ്ട്രത്തിന്റെ മുഖം തന്നെ മാറ്റിയെടുക്കാനും നാം ശ്രമിക്കുന്നുണ്ട്. നമ്മുടെ സാമൂഹ്യശരീരത്തെ തന്നെ അത് മാറ്റിയെടുക്കും. എങ്കിലും ലോകക്രമത്തിൽനിന്നും വേറിട്ട് നില്ക്കുകയില്ല. ചില വസ്തുക്കൾ ഉല്പാദിപ്പിക്കാൻ കഴിയാത്ത ചില രാഷ്ട്രങ്ങൾ അവ മറ്റുള്ളവരുമായി പങ്കിടുന്നു. അത്തരം രാഷ്ട്രങ്ങളെ അവർ ആശ്രയിക്കുന്നുവെങ്കിലും അവരെ ചൂഷണം ചെയ്യാൻ പാടില്ല.

ലാളിത്യപൂർണ്ണമായ ഒരു ജീവിതം നയിക്കുന്നതുകൊണ്ട് നമുക്ക് മറ്റ് രാജ്യങ്ങളിൽനിന്നും ഒന്നും ആവശ്യമില്ല. അവരിൽനിന്നും അകന്നു നില്ക്കാം എന്ന ബോധവും ശരിയല്ല. ചൂഷണം ചെയ്യപ്പെടുകയോ ചെയ്യാതിരിക്കുകയോ ചെയ്യുകയാണെങ്കിൽ അമേരിക്കയുമായിട്ടുപോലും നമുക്ക് സ്വതന്ത്രമായ കൊള്ളക്കൊടുക്കലുകൾ ആവാം. (*ഹരിജൻ* 12.2.38)

ഇന്ത്യ എപ്പോൾ സ്വയംപര്യാപ്തതയും സ്വാശ്രയത്വവും വരിക്കുന്നുവോ അത്തരം ഒരു രാഷ്ട്രം മറ്റുള്ളവരുടെ പ്രലോഭനങ്ങളെയും ചൂഷണങ്ങളെയും അതിജീവിക്കുവാനും പടിഞ്ഞാറോ കിഴക്കനോ ആയ രാഷ്ട്രങ്ങളുടെ അസൂയ ജനിപ്പിക്കുന്ന ആകർഷണകേന്ദ്രമെന്ന നിലയിൽ തുടരുകയുമില്ല. ചെലവേറിയ ആയുധ സന്നാഹങ്ങളില്ലാതെതന്നെ നാം സുരക്ഷിതത്വം അനുഭവിക്കും. ഇന്ത്യയുടെ സമ്പദ്‌വ്യവസ്ഥ വിദേശ ആക്രമണത്തെ തടുക്കുന്ന തടയണപോലെ നിലനില്ക്കും. (*യംഗ് ഇന്ത്യ* 2.7.31)

പൂർണ്ണ സ്വരാജ് എന്ന ആശയം എല്ലാവരിൽനിന്നും അകല്ച പാലിക്കുന്ന സ്വാതന്ത്ര്യമല്ല മറിച്ച് ആരോഗ്യമുള്ള മഹത്തായ സ്വാതന്ത്ര്യമാണ്. എന്റെ ദേശീയത, തീവ്രമാണെങ്കിലും, വേറിട്ടതല്ല, ഏതെങ്കിലും രാഷ്ട്രത്തെയോ വ്യക്തിയെയോ ദ്രോഹിക്കാനുള്ളതുമല്ല. നിയമവാക്യങ്ങൾ നീതിവാക്യങ്ങളെന്നപോലെ തന്നെ ധാർമ്മികവുമാണ്. ഞാൻ വിശ്വസിക്കുന്ന അനശ്വരസത്യം നമ്മുടെ സ്വത്തുക്കളെപ്പോലെ അയൽക്കാരന്റേതും കാണണം. (*യങ് ഇന്ത്യ* 26.3.31)

സ്വതന്ത്രജനാധിപത്യരാഷ്ട്രമായ ഇന്ത്യ സന്തോഷപൂർവ്വം മറ്റ് രാഷ്ട്രങ്ങളുമായി ചേർന്ന് ആക്രമണത്തെ ചെറുക്കുകയും സാമ്പത്തിക സഹകരണം ഉറപ്പാക്കുകയും ചെയ്യും. സ്വാതന്ത്ര്യത്തിലും ജനാധിപത്യത്തിലും അധിഷ്ഠിതമായ ഒരു യഥാർത്ഥ ലോകക്രമത്തിനായി ഇന്ത്യ പോരാടുകയും ലോകജ്ഞാനവും വിഭവങ്ങളും മനുഷ്യരാശിയുടെ പുരോഗതിക്കായി ഉപയുക്തമാക്കുകയും ചെയ്യുമെന്ന് ഗാന്ധിജി പ്രഖ്യാപിക്കുകയുണ്ടായി.

ആഫ്രിക്ക ഭയാനകമായ ചൂഷണങ്ങൾക്ക് വിധേയമായിരിക്കുമ്പോൾ ഇന്ത്യ എന്തു സഹായം ചെയ്യുമെന്ന് ആരായുകയുണ്ടായി. ഗാന്ധിജിയുടെ മറുപടി രണ്ടു രാഷ്ട്രങ്ങളും തമ്മിൽ ആശയങ്ങളും സേവനങ്ങളുമാണ് വ്യാപാരവസ്തു. പടിഞ്ഞാറൻ രാജ്യങ്ങളിലെ ചൂഷകരെ

പ്പോലെ അസംസ്കൃതവസ്തുക്കൾക്ക് പകരം മൂല്യവർദ്ധിത ഉല്പന്ന ങ്ങളല്ല. ഇന്ത്യ നിങ്ങൾക്ക് നല്കുന്നത് നൂൽനൂല്ക്കുന്ന ചർക്കയാണ് (Spinning Wheel). നിങ്ങൾക്ക് പരുത്തികൃഷി ചെയ്ത് ലഭ്യമായ ഒഴിവു സമയവും കായികാദ്ധ്വാനത്തിനുള്ള കഴിവും ഫലപ്രദമായി ഉപയോ ഗിക്കാം. ഇന്ത്യ പുനരുദ്ധരിക്കാൻ ശ്രമിക്കുന്ന കുടിൽ വ്യവസായങ്ങൾ നിങ്ങൾക്കും പരീക്ഷിക്കാം. നിങ്ങളുടെ മോചനം അതിൽക്കൂടി സാദ്ധ്യ മാകും.

ചർക്കയ്ക്ക് എന്തെങ്കിലും സന്ദേശം അമേരിക്കയ്ക്ക് നല്കാൻ കഴി യുമോ എന്ന ചോദ്യം ഗാന്ധിജി നേരിട്ടത് ഇങ്ങനെ:

ചർക്കയുടെ സന്ദേശം അമേരിക്കക്കും ലോകത്താകമാനവും പ്രസ ക്തമാണ്. ഇന്ത്യയുടെയും ലോകത്തിന്റെയും രക്ഷ ചർക്കയിലാണ്. ഇന്ത്യ യന്ത്രങ്ങളുടെ അടിമയാവുകയാണെങ്കിൽ സ്വർഗ്ഗത്തിനുമാത്രമെ ലോകത്തെ രക്ഷിക്കുവാൻ കഴിയുകയുള്ളൂ.

'ഇന്ത്യക്ക് സ്വരാജ് എന്തിനുവേണ്ടി' എന്ന തലക്കെട്ടിൽ എഴുതിയ കുറിപ്പിൽ ഗാന്ധിജി പറയുന്നു.

എന്റെ ഹൃദയത്തിന്റെ ഏറ്റവും ഉള്ളിലുള്ള ഭാഗങ്ങളിൽ എനിക്ക് തോന്നുന്നത് ലോകം, രക്തച്ചൊരിച്ചിൽ കണ്ട് മടുത്തിരിക്കുന്നു. ഒരു മോചനമാർഗ്ഗം തേടുകയാണ് ലോകം. പുരാതനരാജ്യമായ ഇന്ത്യയുടെ കർത്തവ്യം ഒരു വഴികാട്ടിയായി ലോകത്തിനു മുമ്പിൽ നില്ക്കുക എന്ന താണെന്ന് ഞാൻ സ്വയം പുകഴ്ത്തുന്നു. (Indian Case for Swaraj, 1932 p.209) ലോകരാഷ്ട്രങ്ങളിൽ ഇന്ത്യയുടെ സ്ഥാനം ഉറപ്പിച്ചുകൊണ്ട് ഗാന്ധിജി പറയുന്നു:

"ഇന്ത്യ പരാജയപ്പെടുകയാണെങ്കിൽ ഏഷ്യയുടെ അന്ത്യം സംഭ വിക്കും. ഇന്ത്യ ലോകോത്തരമായ സംസ്കാരത്തിന്റെ കൂടിച്ചേരലുകൾ സാദ്ധ്യമാക്കിയ നഴ്സറി എന്ന് വിശേഷിപ്പിക്കപ്പെട്ടിരിക്കുന്നു. ഇന്ത്യ ചൂഷി തരായ എല്ലാ വർഗ്ഗങ്ങളുടെയും, ഏഷ്യയിലെ, ആഫ്രിക്കയിലെ, ലോക മാസകലമുള്ള ജനതയുടെ പ്രതീക്ഷയായി നിലകൊള്ളുന്നു.

മാതൃകാപരമായ ഒരു ഗ്രാമം ഉണ്ടാക്കുന്ന അത്രയും ക്ലേശം ഇന്ത്യയെ ഒരു ആദർശരാജ്യമാകുന്നതിനും സഹിക്കണം. പക്ഷേ, ഒരു മാതൃകാഗ്രാമം നിർമ്മിക്കാൻ ഒരാൾക്ക് കഴിയുന്നതിലൂടെ മുഴുവൻ രാജ്യ ത്തിനും ഒരുപക്ഷേ, ലോകത്തിന് മുഴുവനുമായി ഒരു പാറ്റേൺ (മാതൃക) അയാൾ നിർമ്മിക്കുകയാണ്. ഇതിൽ കൂടുതൽ ഒരു അന്വേഷിക്ക്' ആഗ്ര ഹിക്കാൻ കഴിയുമോ?

സ്വതന്ത്ര ഇന്ത്യയിൽ ആരുടെ താല്പര്യങ്ങൾക്കാണ് മുൻതൂക്കം? അയൽരാഷ്ട്രങ്ങളിലൊന്നിന് എന്തെങ്കിലും ആവശ്യം നേരിടുമ്പോൾ നമ്മൾ അകല്ച ഭാവിക്കുമോ?

യഥാർത്ഥത്തിൽ സ്വതന്ത്ര ഇന്ത്യ, നമ്മുടെ അയൽക്കാർ കഷ്ട ത്തിലകപ്പെടുമ്പോൾ അവരുടെ രക്ഷയ്ക്ക് പാഞ്ഞെത്തും. ഒരു മനുഷ്യന് സ്വന്തം സമൂഹത്തിന് പുറത്തുള്ള ആർക്കുവേണ്ടിയും ത്യാഗം അനു

ഷ്ഠിക്കുവാൻ കഴിയുന്നില്ലെങ്കിൽ അയാൾ സ്വാർത്ഥനാണ്. ത്യാഗത്തിന്റെ ന്യായമായ വഴി ഒരു വ്യക്തി സമൂഹത്തിനുവേണ്ടിയും, സമൂഹം ജില്ലയ്ക്കുവേണ്ടിയും, ജില്ല പ്രവിശ്യക്കുവേണ്ടിയും പ്രവിശ്യ രാഷ്ട്രത്തിനുവേണ്ടിയും രാഷ്ട്രം ലോകത്തിനുവേണ്ടിയും ത്യാഗം അനുഷ്ഠിക്കുക എന്നതാണ്.

കടലിലെ ഒരു തുള്ളിവെള്ളം ഒന്നും ചെയ്യാതെ നശിച്ചുപോകുന്നു. പക്ഷേ, അത് കടലിന്റെ ഒരു ഭാഗമാകുമ്പോൾ ഭീമൻ കപ്പലുകളെ മടിയിൽ വഹിച്ച് സഞ്ചാരസ്വാതന്ത്ര്യം നല്കുന്നതിൽ അഭിമാനപുളകിതമാകുന്നു. ഏറെ തെറ്റിദ്ധരിക്കപ്പെട്ടതാണ് ഗാന്ധിജിയുടെ രാമരാജ്യം എന്ന പ്രയോഗം ഗാന്ധിജി ഇങ്ങനെ വ്യക്തമാക്കുന്നു.

രാമരാജ്യം എന്നാൽ ഹിന്ദുക്കളുടെ ഭരണം എന്ന് ആരും തെറ്റിദ്ധരിക്കരുത്. രാമൻ എന്ന പ്രയോഗം ദൈവം എന്ന അർത്ഥത്തിലാണ്. ദൈവരാജ്യം എന്നാൽ ഭൂമിയിൽ ദൈവം ഭരിക്കുന്ന സ്ഥലം എന്നാണ് ഞാൻ ഉദ്ദേശിക്കുന്നത്. ഇത്തരത്തിലുള്ള ഒരു രാജ്യത്തിന്റെ സ്ഥാപനം ഇന്ത്യൻ ജനതയുടെ ക്ഷേമം മാത്രമല്ല ലോകം മുഴുവനുമുള്ളവരുടെ ക്ഷേമം ലക്ഷ്യമാക്കുന്നു.

(Towards New Horizons, P.200)

സാർവ്വദേശീയ കാഴ്ചപ്പാട് വ്യക്തമാക്കുന്നതിന് ഗാന്ധിജിയുടെ ഈ പ്രസ്താവന കൂടി കണക്കിലെടുക്കാം.

നമ്മുടെ അയൽരാജ്യങ്ങളിലേക്ക് സേവനത്തിന്റെ കരങ്ങൾ നീട്ടുന്നതിന് തടസ്സങ്ങളൊന്നിമില്ല. ഈ അതിരുകൾ ദൈവനിർമ്മിതമല്ല. (*യങ് ഇന്ത്യ*, 31.12.31)

ഗാന്ധിജിയും ഗ്രാമസ്വരാജും ഒരവലോകനം

സ്വരാജ് അല്ലെങ്കിൽ ജനങ്ങളുടെ സ്വയംഭരണം ആണ് ഗാന്ധിജി വിഭാവനം ചെയ്തത്. "ഇന്ത്യയുടെ ആത്മാവ് ഗ്രാമങ്ങളിൽ ജീവിക്കുന്നു." എന്ന ബോധം അദ്ദേഹത്തിനുണ്ടായിരുന്നു. അധികാരത്തിന്റെ ഘടന താഴെ തട്ടിൽനിന്ന് തുടങ്ങണം എന്നും ഗാന്ധിജി വിശ്വസിച്ചു. ഇന്ത്യയിൽ യഥാർത്ഥ ജനാധിപത്യം പുലർന്നു കാണണമെന്നും അദ്ദേഹം ആഗ്രഹിച്ചിരുന്നു. അധികാര കേന്ദ്രീകരണം എന്ന ആശയത്തോട് ഗാന്ധി യോജിച്ചിരുന്നില്ല.

ഇരുപതുപേർ കേന്ദ്രത്തിൽ ഇരുന്ന് നടത്തുന്ന ഭരണം ശരിയായ ജനാധിപത്യം പുലർത്തില്ല. താഴെനിന്ന് പ്രവർത്തനം വേണമെന്ന് പ്രസ്താവിച്ചത് ഗ്രാമങ്ങളിൽനിന്ന് തുടങ്ങണം എന്ന രീതിയിലായിരുന്നു.

ഗാന്ധിയൻ സ്വപ്നം ഓരോ ഗ്രാമവും ഗ്രാമറിപ്പബ്ലിക് ആയി പ്രവർത്തിക്കണം എന്നതാണ് സ്വതന്ത്രഇന്ത്യയിൽ പഞ്ചായത്ത് എന്ന പദമാണ് ഗാന്ധിജി ഉപയോഗിക്കുന്നത്.

യഥാർത്ഥ ജനാധിപത്യത്തിന്റെ സാക്ഷാൽക്കാരം പഞ്ചായത്ത്രാജ് ആണ്. ഏറ്റവും താഴ്ന്ന നിലയിലുള്ള എളിയ മനുഷ്യനും ഏറ്റവും ഉന്നതനായ വ്യക്തിയും ഇന്ത്യൻ ഭരണാധികാരി എന്ന നിലയിൽ തുല്യനിലയിലാണ്. സാമൂഹ്യതുല്യത ആവശ്യപ്പെട്ടുകൊണ്ടുള്ള ശക്തമായ പ്രസ്താവനയാണ് ഗാന്ധിജി ഇതുവഴി നടത്തിയത് എന്നു കാണാം.

ഗാന്ധിജി പഞ്ചായത്ത്രാജ് എന്ന വികേന്ദ്രീകൃത ഭരണസമ്പ്രദായം വിഭാവനം ചെയ്തത് ഓരോ ഗ്രാമവും സ്വന്തം കാര്യങ്ങൾ ഏറ്റെടുത്ത് നടത്താൻ പ്രാപ്തരാവും എന്ന ദർശനത്തിന്റെ അടിസ്ഥാനത്തിലായിരുന്നു. സ്വയംഭരണ സംവിധാനം ഇന്ത്യയുടെ രാഷ്ട്രീയ സംവിധാനത്തിന്റെ അടിത്തറ ആകണമെന്ന ചിന്തയിൽനിന്നാണ് ഗ്രാമസ്വരാജ് എന്ന

ആശയം ചർച്ച ചെയ്യപ്പെട്ടത്.

ഗ്രാമസ്വരാജിൽ എന്തൊക്കെയാണ് ഗാന്ധിജി ആവശ്യപ്പെട്ടത് എന്ന പരിശോധന പ്രസക്തമാണ്. രാഷ്ട്രീയഅധികാരം ഗ്രാമീണർക്ക് വീതിച്ചു നല്കണമെന്നും കാര്യത്തിൽ അദ്ദേഹത്തിന് സംശയം ഒന്നുമുണ്ടായിരുന്നില്ല. സ്വരാജ് ആണ് യഥാർത്ഥ ജനാധിപത്യം എന്ന് ഗാന്ധിജി അർത്ഥശങ്കയ്ക്കിടയില്ലാത്തവിധം വ്യക്തമാക്കിയിട്ടുണ്ട്. കാരണം സ്വാതന്ത്ര്യത്തിലധിഷ്ഠിതമാണ് ആ ജനാധിപത്യം.

വ്യക്തിസ്വാതന്ത്ര്യം പൂർണ്ണമായി സംരക്ഷിക്കപ്പെടുന്നത് സ്വയം പര്യാപ്തമായ, സ്വയംഭരണശേഷി ആർജ്ജിച്ച സമൂഹങ്ങളിലാണ്. അത്തരം സമൂഹങ്ങൾ വ്യക്തികൾക്ക് പരമാവധി പങ്കാളിത്തം വഴി വ്യക്തി സ്വാതന്ത്ര്യം വികസിക്കാനവസരം നല്കുന്നു.

മാതൃകാഗ്രാമം എന്നത് ഗാന്ധിജിയുടെ ഒരു സ്വപ്നദർശനമായിരുന്നു. അത്തരം ഗ്രാമത്തിൽ പരിപൂർണ്ണ ഗ്രാമശുചീകരണം ആവശ്യമായ വെളിച്ചം, പൊടിപടലങ്ങളില്ലാത്ത ഗ്രാമവീഥികൾ എന്നിവ നിർബ്ബന്ധമായും ഉണ്ടായിരിക്കണം. ഗ്രാമത്തിൽ എല്ലാവർക്കും ആരാധനാലയങ്ങളും, പൊതുവായ കൂടിച്ചേരൽ സ്ഥലം, കന്നുകാലികൾക്ക് മേച്ചിൽ സ്ഥലം, കോ-ഓപ്പറേറ്റീവ് ഡയറി, പ്രൈമറി സെക്കന്ററി സ്കൂളുകൾ എന്നിവ ഉണ്ടാകണം. സ്കൂളുകളിൽനിന്ന് ഗ്രാമനിവാസികൾക്ക് വ്യവസായവിദ്യാഭ്യാസം (Industrial Education) അഥവാ തൊഴിൽ വിദ്യാഭ്യാസം ലഭിക്കണം. ഗ്രാമവാസികളുടെ തർക്കങ്ങൾ പരിഹരിക്കുന്നതിന് പഞ്ചായത്തും ഉണ്ടാകണം.

ഗ്രാമസ്വരാജിൽ ഗ്രാമവാസികൾ ആവശ്യമായ ധാന്യങ്ങൾ ഉല്പാദിപ്പിക്കുന്നവരും, മലക്കറികൾ പഴങ്ങൾ എന്നിവ കൃഷി ചെയ്യുന്നവരുമാണ്. സർവ്വോപരി ഖാദി വസ്ത്രം നിർമ്മിച്ച് വസ്ത്രാവശ്യങ്ങൾ നിർവ്വഹിക്കുകയും വേണം.

ഗാന്ധിയൻ സങ്കല്പത്തിലുള്ള ശ്രേഷ്ഠഗ്രാമത്തിൽ (Ideal Village) വസിക്കുന്നവർ ബുദ്ധിശാലികളായ മനുഷ്യരാണ്. അവൻ മൃഗങ്ങളെപ്പോലെ മാലിന്യങ്ങൾക്കിടയിലോ അന്ധകാരത്തിലോ വസിക്കുന്നവരല്ല. സ്ത്രീയോ, പുരുഷനോ ആണെങ്കിലും അവർ സ്വതന്ത്രരും ലോകത്തിലെ ആർക്കുമെതിരായി നേർക്കുനേർ നില്ക്കാൻ പ്രാപ്തരുമായിരിക്കും. പ്ലേഗ്, കോളറ, വസൂരി തുടങ്ങിയ പകർച്ചവ്യാധികൾ അവിടെ ഉണ്ടാകുന്നില്ല. ആരും അലസരോ, ആർഭാടങ്ങളിൽ മുഴുകുന്നവരോ അല്ല. എല്ലാവർക്കും അവരുടെ ഓഹരി കായികാദ്ധ്വാനം സമൂഹത്തിന് സംഭാവന നല്കാൻ കഴിവുണ്ട്. അവരുടെ ആവശ്യത്തിനായി റെയിൽവേ, കമ്പി തപാൽ എന്നിവ നടപ്പിലാക്കാനും അവർക്കു കഴിയും.

ഗാന്ധിജിയുടെ ഭാവനാപരമായ ഗ്രാമത്തിന്റെ അടിസ്ഥാന ഭക്ഷ്യവസ്ത്ര സ്വയം പര്യാപ്തത, ശുചീകരണം, ഭവനം, വിദ്യാഭ്യാസ സൗകര്യങ്ങൾ, മറ്റ് ആവശ്യങ്ങൾ നിർവ്വഹിക്കാനുള്ള കഴിവ് എന്നിവ ഉണ്ടായിരിക്കണം. ഗ്രാമരക്ഷയും ഗ്രാമഭരണ സംവിധാനവും അവർ നിർവ്വഹിക്കും.

ഓരോ ഗ്രാമവും മറ്റുള്ളവരുമായി എങ്ങനെ ബന്ധപ്പെട്ടിരിക്കുന്നുവെന്ന കാര്യവും ഗാന്ധിജി വ്യക്തമാക്കുന്നു.

ഓരോ ഗ്രാമവും ഗ്രാമസ്വരാജിൽ പൂർണ്ണ റിപ്പബ്ലിക്കാണ്. അത്യാവശ്യ ആവശ്യങ്ങളിൽ അയൽഗ്രാമത്തിൽനിന്നും സ്വതന്ത്രമായ നിലനില്പ് അവർക്കുണ്ട്. എങ്കിലും പരസ്പര ആശ്രിതത്വം ആവശ്യമായ മേഖലകളിലുണ്ടാവണം.

ഗ്രാമസ്വരാജ് സങ്കല്പത്തിന്റെ സൗന്ദര്യം എന്നു പറയുന്നത് ഇത് മനുഷ്യകേന്ദ്രിതമാണ്. മനുഷ്യനെ കേന്ദ്രീകരിച്ചാണ് എല്ലാ പ്രവർത്തനങ്ങളും വിഭാവനം ചെയ്തിട്ടുള്ളത്. അതുപോലെ ചൂഷണ വിമുക്തവും വികേന്ദ്രീകൃത അധികാര സ്വഭാവമുള്ളതുമാണ്.

ലളിതമായ സാമ്പത്തികശാസ്ത്രമാണ് ഗ്രാമസ്വരാജിൽ കാണുവാനാകുക. ഗ്രാമത്തിലെ എല്ലാ പൗരന്മാർക്കും മുഴുവൻ സമയ ജോലി ചെയ്ത് അടിസ്ഥാന ആവശ്യങ്ങളായ ഭക്ഷണം, വസ്ത്രം, പാർപ്പിടം, എന്നിവയിൽ സ്വയം പര്യാപ്തത നേടിയെടുക്കാനുള്ള സാമ്പത്തികക്രമമാണ് ഇവിടെ ഉള്ളത്.

ഗ്രാമസ്വരാജിന്റെ മേന്മയായി ചൂണ്ടിക്കാട്ടാനുള്ളത് ജനകീയ പങ്കാളിത്തത്തിന് നല്കിയ പ്രാമുഖ്യമാണ്. സ്വയം സഹായരീതിയും മേന്മയേറിയതാണ്.

ഗാന്ധിജി അധികാരവികേന്ദ്രീകരണത്തിന് പ്രത്യേകം ഊന്നൽ നല്കുകയുണ്ടായി. സാമ്പത്തിക, രാഷ്ട്രീയ വികേന്ദ്രീകരണം ഗ്രാമപഞ്ചായത്തുകൾ വഴി തൃപ്തികരമായി നടപ്പിലാക്കാനുള്ള വിശദാംശങ്ങളും ഗാന്ധിജി രേഖപ്പെടുത്തി. ഇന്ത്യയിലെ ഏഴുലക്ഷത്തിൽപ്പരം ഗ്രാമങ്ങളിൽ ജനാധിപത്യം ശരിയായ രീതിയിൽ പ്രതിഫലിപ്പിക്കാൻ ഗ്രാമസ്വരാജിനു കഴിയുമെന്ന് അദ്ദേഹം വിശ്വസിച്ചു.

വികേന്ദ്രീകൃത രാഷ്ട്രീയ അധികാരം നടപ്പിൽ വരുത്താൻ ഗ്രാമസ്വരാജിനു കഴിയുമെന്ന കാര്യത്തിൽ ഗാന്ധിജിക്ക് സംശയമേതുമുണ്ടായിരുന്നില്ല. അക്രമരഹിതസംഘടനകൾക്ക് മാതൃകകളായി ഗാന്ധിജി തദ്ദേശഭരണസമ്പ്രദായത്തെ വീക്ഷിച്ചു.

ഇന്ത്യൻ ഭരണഘടനയിൽ പഞ്ചായത്ത് സംവിധാനം ഉൾപ്പെടുത്തുവാൻ ഗാന്ധിജി ആഗ്രഹിച്ചിരുന്നു. ഭരണഘടനയുടെ രൂപരേഖയിൽ പഞ്ചായത്ത് സംവിധാനം ഉൾപ്പെടുത്തിയിട്ടില്ലെന്ന അറിവ് ഗാന്ധിജിക്ക് മനഃപ്രയാസം നല്കിയിരിക്കണം. ഗാന്ധിയുടെ അനുയായികളിൽ ചിലർ ഈ പ്രശ്നം ചില വേദികളിൽ ഉന്നയിക്കുകയും ഉണ്ടായി. പിന്നീട് ഇന്ത്യയുടെ നിയമനിർമ്മാണ സഭ (Constituent Assembly) നിർദ്ദേശക തത്ത്വങ്ങളിൽ (Directive Principles of States Policy) ഗ്രാമപഞ്ചായത്തുകൾ രൂപീകരിക്കുവാനുള്ള വ്യവസ്ഥ കൂട്ടിച്ചേർക്കപ്പെട്ടു.

ഗാന്ധിജിയുടെ ഗ്രാമസ്വരാജ് എന്ന സ്വപ്നം ഒടുവിൽ യാഥാർത്ഥ്യവല്ക്കരിക്കപ്പെടുന്നത് ഭരണഘടനയുടെ 73-ാം ഭരണഘടന ഭേദഗതിയോടെ (1992) ആണ്. ഈ ഭേദഗതി ത്രിതലസംവിധാനമുള്ള പഞ്ചാ

യത്ത് രാജ് ആക്ട് നടപ്പിലാക്കി. വില്ലേജ് പഞ്ചായത്ത്, ബ്ലോക്ക് പഞ്ചായത്ത്, ജില്ലാ പഞ്ചായത്ത് എന്നിവയാണ് ത്രിതല സംവിധാനം.

പഞ്ചായത്ത്‌രാജ് ആദ്യമായി നിലവിൽ വന്നത് രാജസ്ഥാനിലെ നാഗൂർ എന്ന സ്ഥലത്തായിരുന്നു. 1959 ഒക്ടോബർ 2 ന് ജവഹർലാൽ നെഹ്റുവായിരുന്നു ഉദ്ഘാടകൻ.

പഞ്ചായത്ത്‌രാജിന്റെ പ്രധാനപ്പെട്ട ഉദ്ദേശലക്ഷ്യങ്ങൾ താഴെ പറയുന്നവയാണ്.

1. ജനങ്ങൾക്ക് നല്ല ഭരണം പ്രദാനം ചെയ്യുകയും സർക്കാർ ഓരോ ഗ്രാമവാസികളുടെയും വാതിൽപ്പടിയിൽ എത്തി നില്ക്കുന്ന ഒരവസ്ഥ സംജാതമാക്കുന്നു.
2. ഗ്രാമീണ ജനങ്ങളുടെ മുഴുവൻ പങ്കാളിത്തം ഉറപ്പാക്കുന്നു.
3. രാഷ്ട്രീയ പങ്കാളിത്തത്തിനുള്ള ഉറച്ച പ്ലാറ്റ്ഫോം ആയി പഞ്ചായത്ത്‌രാജ് സേവനം ചെയ്യുന്നു.
4. സാമൂഹ്യരാഷ്ട്രീയ സാമ്പത്തിക കാര്യങ്ങളിൽ ജനകീയ അവബോധം വർദ്ധിപ്പിക്കുന്നതിന് പഞ്ചായത്ത് രാജ് സേവനമനുഷ്ഠിക്കുന്നുണ്ട്. സാമൂഹ്യപിന്നോക്കാവസ്ഥയിലുള്ളവരും, മാറ്റി നിർത്തപ്പെട്ടവരുമായ ഗ്രാമീണ ജനവിഭാഗത്തിന് പുതിയ അവകാശ അവബോധം നേടിയെടുക്കുവാൻ സഹായം ചെയ്യുന്നു.
5. സ്ത്രീപങ്കാളിത്തം പ്രാദേശികഭരണസംവിധാനത്തിൽ ഉറപ്പാക്കുന്നു. സ്ത്രീകളുടെ സാമൂഹ്യവും സാമ്പത്തികവുമായ ഉന്നമനത്തിന് ഗ്രാമസ്വരാജ് പ്രധാനമായും പ്രവർത്തിക്കുന്നു.

ഗ്രാമങ്ങളെയും ഗ്രാമീണരെയും ഉള്ളഴിഞ്ഞ് സ്നേഹിച്ചിരുന്ന, ഇഷ്ടപ്പെട്ടിരുന്ന ഗാന്ധിജി വൈദേശികഭരണഫലമായി ഇന്ത്യയിൽ നിലനിന്ന ഭരണവ്യവസ്ഥയിൽ മൗലികമായ മാറ്റം വിഭാവനം ചെയ്തത് ഗ്രാമസ്വരാജ് എന്ന പദ്ധതി വഴിയായിരുന്നു.

കേരളം പോലുള്ള സംസ്ഥാനങ്ങളിൽ പഞ്ചായത്ത് രാജ് സംവിധാനം ഇപ്പോൾ കാര്യക്ഷമമായി നടപ്പിലാക്കിവരുന്നു. അന്യസംസ്ഥാനങ്ങളിൽനിന്നും ഗവേഷകരും പഠിതാക്കളും ഇവിടെവന്ന് ഇത്തരം സമ്പ്രദായങ്ങൾ മനസ്സിലാക്കുന്നുമുണ്ട്.

ഗാന്ധിയുടെ ചിന്താപഥം പൊതുജീവിതത്തിലും ഗ്രാമീണർക്കിടയിലും ചൈതന്യവത്തായി നിലനില്ക്കുന്നുവെന്നതിന്റെ നിദർശനമായി പഞ്ചായത്ത്‌രാജിനെ കാണാവുന്നതാണ്.

ഗ്രാമസ്വരാജ് - ഒരു വിലയിരുത്തൽ

മഹാത്മാഗാന്ധിജി ഇന്ത്യൻ ദേശീയപ്രസ്ഥാനത്തിന്റെ നേതൃനിരയിൽ 1919 മുതൽ 1947 വരെ അതുല്യസ്ഥാനം വഹിച്ച വ്യക്തിയായിരുന്നു. ജനലക്ഷങ്ങൾ അദ്ദേഹത്തെ സ്നേഹാദരങ്ങളോടെ ബാപ്പു (രാഷ്ട്രപിതാവ്) എന്ന് വിളിച്ചു. അഹിംസയുടെ പിൻബലത്തോടെ നയിച്ച സിവിൽ നിയമലംഘനപ്രസ്ഥാനങ്ങളുടെ ശക്തി ഒന്നുകൊണ്ട് രാജ്യത്തെ സ്വാതന്ത്ര്യപ്രാപ്തിയിലെത്തിച്ചു.

സമാധാനത്തിന്റെ അപ്പോസ്തലനായ ഗാന്ധിജി അഹിംസയുടെയും പൂർണ്ണസ്വരാജിന്റെയും ശക്തനായ പ്രയോക്താവ് ആയിരുന്നു. ഗാന്ധിജിയുടെ സന്ദേശം സാർവ്വദേശീയവും സമുന്നതവുമായ സ്വാധീനം നേടി മാനവികതലത്തിൽ ഇന്നും പ്രസക്തമാണ്.

സ്വരാജ് എന്ന മന്ത്രം ഉരുവിട്ടുകൊണ്ട് ഗാന്ധിജി സ്വാതന്ത്ര്യം, സ്വദേശിഭരണം എന്ന വിഷയത്തെ മൂന്ന് തലങ്ങളിലായി പ്രയോഗിവല്ക്കരിക്കണം എന്ന അഭിപ്രായം പ്രകടിപ്പിക്കുകയുണ്ടായി.

1. വ്യക്തികളുടെ തലത്തിൽ സ്വരാജ്, സ്വയം നിയന്ത്രണം(Self Control) അല്ലെങ്കിൽ സ്വയംഭരണം ആണ്. (Swaraj of the Self)
2. ഇന്ത്യാരാജ്യത്തെ സംബന്ധിച്ചിടത്തോളം അത് ബ്രിട്ടീഷ് ഭരണത്തിൽ നിന്നുമുള്ള സ്വാതന്ത്ര്യമാണ്.
3. ഗ്രാമസമൂഹ(Community)ങ്ങളെ സംബന്ധിച്ച് അത് ഗ്രാമസ്വരാജ് ആണ്, അഥവാ ഗ്രാമങ്ങളുടെ സ്വാതന്ത്ര്യം.

ഗാന്ധിജിയുടെ സ്വരാജിനെക്കുറിച്ചുള്ള വിശകലനത്തിന്ന് നിരവധി മാനങ്ങളുണ്ട്. വ്യക്തിതലത്തിൽ, സ്വരാജ്, നിഷ്പക്ഷമായ സ്വയവിശകലനത്തിനുള്ള ഊർജ്ജസ്വലതയും കഴിവും ആണ്. കൂടാതെ തുടർച്ചയായ സ്വയം ശുദ്ധീകരണവും, വർദ്ധിത രൂപത്തിലുള്ള സ്വാശ്രയത്വവുമാണ്.

രാഷ്ട്രീയമായി നോക്കുമ്പോൾ സ്വരാജ് സ്വയം ഭരണം(Self Rule) ആണ്, നല്ല ഗവൺമെന്റ് എന്നല്ല.ഗാന്ധിജിക്ക്, നല്ല ഗവൺമെന്റ് സ്വയം ഭരണത്തിന് ഒരു ബദൽ അല്ലെങ്കിൽ പകരക്കാരനല്ല.

സ്വരാജ് ഉന്നം വെക്കുന്നത് ഗവൺമെന്റ് നിയന്ത്രണങ്ങളിൽനിന്നും വിമുക്തിക്കുവേണ്ടിയുള്ള നിരന്തരപരിശ്രമങ്ങളാണ്, അത് ദേശീയ സർക്കാരായാലും വിദേശ ഭരണമായാലും.

ഗ്രാമസ്വരാജ് എന്ന ആശയം ഗാന്ധിജിക്ക് ശുദ്ധമായ ധാർമ്മികതയിൽ നിലനിർത്തുന്ന ജനകീയ പരമാധികാരമാണ്. ജനങ്ങൾ പരമാധികാരികളാണ് ഗ്രാമസ്വരാജിൽ. സാമ്പത്തിക വിശകലനത്തിൽ പൂർണ്ണ സ്വരാജ്, അദ്ധ്വാനിക്കുന്ന ജനലക്ഷങ്ങൾക്ക് പൂർണ്ണമായ സാമ്പത്തിക സ്വാതന്ത്ര്യം നല്കുന്നു.

സ്വരാജിൽ വ്യക്തികളുടെ സ്ഥാനം ഗാന്ധിജി ഇങ്ങനെ അടയാളപ്പെടുത്തുന്നു.

ജനങ്ങളുടെ സ്വരാജ്, വ്യക്തികളുടെ സ്വരാജിന്റെ ആകത്തുകയാണ്. അതിനാൽ ഗാന്ധിജിക്ക് സ്വരാജ് ധ്വനിപ്പിക്കുന്നത് തന്റെ രാജ്യനിവാസികളിൽ ഏറ്റവും താഴ്ന്നവനുപോലും അനുഭവപ്പെടുന്ന സ്വാതന്ത്ര്യമാണ്. വെറും സ്വാതന്ത്ര്യം എന്നതിലുപരി കൂടുതൽ അർത്ഥം നല്കുന്ന പദമാണ് സ്വരാജ്. എല്ലാ തടസ്സങ്ങളിൽനിന്നുമുള്ള സ്വാതന്ത്ര്യം. അത് സ്വയം ഭരണവും സ്വയംനിയന്ത്രണവുമാണ്. സ്വരാജ് ഗാന്ധിജിക്ക് മോക്ഷം തന്നെയാണ്.

സ്വരാജ് എങ്ങനെ പ്രായോഗികമാക്കാം എന്ന വിഷയത്തിൽ ഗാന്ധിജി കൂലങ്കഷമായ ചിന്തകൾ നടത്തിയിരുന്നു. സ്വപ്നദർശനം എന്ന നിലയില്ല മറിച്ച് തത്ത്വചിന്താപരമായ സമീപപനമാണ് ഗാന്ധിജി ഗ്രാമസ്വരാജിന്ന് നല്കിയത്. ഗാന്ധിജി വ്യക്തമാക്കുന്നു.

"മേഘങ്ങളിൽനിന്നും താഴോട്ട് പതിക്കുന്നതല്ല. മറിച്ച് ക്ഷമ, സ്ഥിരോത്സാഹം, നിരന്തര അദ്ധ്വാനം, ധൈര്യം, ബുദ്ധിപരമായ ചുറ്റുപാടുകളോടുള്ള മതിപ്പ് എന്നിവയുടെ ഉല്പന്നമാണ് സ്വരാജ്. ഗ്രാമസ്വരാജിന്റെ വിജയത്തിന് വിപുലമായ സംഘാടക ശക്തി, ഗ്രാമീണരുടെ സേവനത്തിനായി ഗ്രാമത്തിലേക്ക് പ്രവേശിക്കാനുള്ള കഴിവ് എന്നിവയും അത്യാവശ്യമാണ്. നാഷണൽ എജുക്കേഷൻ എന്ന പദംകൊണ്ട്

ഗാന്ധിജി ഉദ്ദേശിക്കുന്നത് ജനസാമാന്യത്തിന്റെ വിദ്യാഭ്യാസമാണ്. സ്വരാജിന്റെ വിജയത്തിന് ജനങ്ങളുടെ,വിദ്യാഭ്യാസത്തിന് വലിയ പങ്ക് വഹിക്കാൻ കഴിയും.

നിരവധി ചർച്ചകളിൽ ഗാന്ധിജി ജനകീയവിദ്യാഭ്യാസം (Mass Education) എന്താണെന്ന് വ്യക്തമാക്കുന്നുണ്ട്. ജനങ്ങളെ അധികാരികളുടെ അമിതാധികാര പ്രദർശനങ്ങൾക്ക് എതിരെ ശബ്ദമുയർത്താൻ ആവശ്യമായ ബോധവല്ക്കരണം, സംഘാടനം, ശാക്തീകരണം എന്നതെല്ലാമാണ് ജനകീയവിദ്യാഭ്യാസംകൊണ്ട് ലക്ഷ്യമിടുന്നത്.

സ്വരാജിന്റെ അനിവാര്യമായ മുൻ ഉപാധി രാഷ്ട്രീയസ്വാതന്ത്ര്യം തന്നെയാണ്. സ്വരാജ് അനുഭവിക്കാനുള്ള ആദ്യപടി സ്വാതന്ത്ര്യം തന്നെ.

ഗ്രാമസ്വരാജിൽ അഭിപ്രായവ്യത്യാസം.

ഗാന്ധിജി ഗ്രാമസ്വരാജിന്റെ മാതൃക വിശദീകരിച്ചത് 'ഹിന്ദു സ്വരാജിൽ' ആണ്. ജവഹർലാൽ നെഹ്റുവിനും മറ്റു ചില കോൺഗ്രസ് നേതാക്കൾക്കും ഗാന്ധിജി വിശദീകരിച്ച സ്വരാജിന്റെ തന്ത്രങ്ങൾ സ്വീകാര്യമായി തോന്നിയില്ല. തികച്ചും അയഥാർത്ഥ്യം എന്നു വിശേഷിപ്പിച്ച് അവർ ഗാന്ധിജിയുടെ വാദങ്ങൾ നല്കി.

ഗാന്ധിജിയെ സംബന്ധിച്ചിടത്തോളം ബ്രിട്ടീഷ് ഭരണം ഇന്ത്യയിൽ നിന്നും തൂത്തെറിയുന്നതിന് ഗ്രാമപുനർനിർമ്മാണം അത്യാവശ്യമായിരുന്നു. ദീർഘകാലം ഇന്ത്യ ബ്രിട്ടന്റെ കോളനിയായിരുന്നു. ബ്രിട്ടന്റെ കീഴിലെ അടിമത്തം മാത്രമല്ല ഇന്ത്യയുടെ പിന്നോക്കാവസ്ഥയ്ക്ക് കാരണമെന്ന് ഗാന്ധിജി കണ്ടെത്തിയിരുന്നു. അപ്പോൾ ബ്രിട്ടന്റെ കോളനി നയത്തെ മാത്രം കുറ്റപ്പെടുത്തിയിട്ട് എന്തു കാര്യം.

ഇത്തരം ഒരു പരിസ്ഥിതിയിലാണ് സ്വയം ബോദ്ധ്യപ്പെടുന്ന സന്നദ്ധ പ്രവർത്തനങ്ങളിലൂടെ ഇന്ത്യൻ ഗ്രാമങ്ങളിൽ പുനർനിർമ്മാണ പ്രവർത്തനങ്ങൾ ആവശ്യമാണെന്നും ദേശീയ സ്വാതന്ത്ര്യസമരത്തിൽ അത് കൂടി ചേർത്ത് സമരം നയിക്കുന്നതിനും ഗാന്ധിജി തീരുമാനിച്ചത്.

ഗാന്ധിദർശനത്തിലെ സ്വരാജ് എന്ന ആശയം ഏറ്റവും താഴെ തട്ടിൽ നിന്നും പടുത്തുയർത്തേണ്ടതായിട്ടാണ് അദ്ദേഹം കരുതിയത്. ഗ്രാമീണ ജനതയുടെ മേൽ ആരെങ്കിലും ചെലുത്തുന്ന മേധാവിത്തം, അടിച്ചമർത്തൽ, അകല്ച, അകറ്റി നിർത്തൽ എന്നിവയെല്ലാം ഇല്ലാതാക്കണം എന്ന ആശയം ഗാന്ധിജി ഗ്രാമസ്വരാജിൽ യാഥാർത്ഥ്യവല്ക്കരിക്കുമെന്ന് സ്വപ്നം കണ്ടിരുന്നു. അഹിംസയും ഗ്രാമസമാധാനത്തിന് അനിവാര്യമാണ്.

സാമ്പത്തിക പുനരവതരണത്തിലൂടെ ഇന്ത്യയിലെ ഗ്രാമങ്ങളെ നവോത്ഥാനപാതയിലെത്തിക്കാമെന്നും, ഖാദി, ഗ്രാമീണവ്യവസായങ്ങളുടെ പുനരുദ്ധാരണത്തിലൂടെ സ്വയം പര്യാപ്തതയിലേക്കും നയിക്കാമെന്നും ഗാന്ധിജി കണക്ക് കൂട്ടിയിരുന്നു. ഗാന്ധിജിയുടെ ഗ്രാമ പുനർനിർമ്മാണപ്രവർത്തനങ്ങൾ യാഥാർത്ഥ്യമാക്കുന്നതിന് അവയേറ്റെടുത്തു നേതൃത്വം നല്കാൻ പ്രാപ്തിയുള്ള സംഘടനകൾ വേണം. ഇന്ത്യൻ നാഷണൽ കോൺഗ്രസിന് വലിയ പങ്ക് വഹിക്കാൻ കഴിയുമായിരുന്നു. പക്ഷേ, ഗ്രാമപുനർ നിർമ്മാണ പ്രവർത്തനങ്ങൾ ഏറ്റെടുക്കാൻ ഗാന്ധിജി ആഗ്രഹിച്ചതുപോലെ ഇന്ത്യൻ നാഷണൽ കോൺഗ്രസ് രംഗത്ത് വന്നില്ല.

അഖിലേന്ത്യാ നെയ്ത്ത് അസോസിയേഷൻ (AISA) അഖിലേന്ത്യാ വില്ലേജ് ഇൻഡസ്ട്രീസ് അസോസിയേഷനും(AIVIA) ഹരിജൻ സേവക് സംഘം, ലെപ്രസി ഫൗണ്ടേഷൻ തുടങ്ങിയ നല്ല സന്നദ്ധസംഘടനകൾ രംഗത്തുണ്ടായിരുന്നു. അവരുടെ സേവനപ്രവർത്തനങ്ങൾ വഴി ഗ്രാമ പുനർനിർമ്മാണവും ദരിദ്രനാരായണന്മാരുടെ ശാക്തീകരണ പ്രവർത്തനങ്ങളും ഭംഗിയായി നടക്കുന്നുണ്ടായിരുന്നു. ഗാന്ധിജിയുടെ നേതൃത്വത്തിൽ പ്രവർത്തിച്ചിരുന്ന പുനർനിർമ്മാണ പ്രവർത്തകർ നേരിട്ട് രാഷ്ട്രീയ സമരങ്ങളിൽ ഏർപ്പെട്ടിരുന്നില്ല. സ്വാതന്ത്ര്യപ്രാപ്തിക്കുശേഷം കോൺഗ്രസ് പിരിച്ച് വിട്ട് രാഷ്ട്രീയപ്രസ്ഥാനത്തിനുപകരം പുനർ

നിർമ്മാണ പ്രവർത്തനങ്ങളിൽ അവർ മുഴുകണമെന്നായിരുന്നു ഗാന്ധിയുടെ ആഗ്രഹം. പക്ഷേ, കോൺഗ്രസുകാർ അത് മുഖവിലക്കെടുത്തില്ല.

ഗാന്ധിജിയുടെ വധത്തിനുശേഷം വിനോബഭാവെയുടെ നേതൃത്വത്തിൽ സർവ്വോദയ സേവാസംഘം എന്ന സമഗ്ര ഗ്രാമസേന ദേശീയതലത്തിലും സംസ്ഥാനതലത്തിൽ സർവ്വോദയ മണ്ഡലങ്ങളുംരൂപികരിക്കപ്പെട്ടിരുന്നു. വിനോബഭാവെ ഭൂദാൻ പ്രസ്ഥാനവും ജയപ്രകാശ് നാരായൺ മുഴുവിപ്ലവ (Total Revolution) സന്ദേശവും പ്രചരിപ്പിച്ചിരുന്നു.

കോളനിഭരണത്തിൽനിന്നും മുക്തി പ്രാപിച്ചതിനുശേഷം സ്വതന്ത്രഭാരതത്തിൽ ഗ്രാമസ്വരാജിന്റെ അവസ്ഥ എന്താണ് ?. പഞ്ചായത്ത് രാജ് ആക്ട് കഴിഞ്ഞ നൂറ്റാണ്ടിന്റെ അവസാനകാലത്ത് ഇന്ത്യൻ പാർലമെന്റ് നിയമമാക്കി.

ഗാന്ധിജി വിഭാവനം ചെയ്തതുപോലെയുള്ള ഗ്രാമസ്വരാജ് ശരിയായ അർത്ഥത്തിൽ ഇവിടെ നടപ്പിലാക്കിയിട്ടില്ല. ഗ്രാമങ്ങളിലെ സന്നദ്ധപ്രവർത്തക സംഘടനകൾ ജനകീയ മുന്നേറ്റങ്ങളിൽ മാതൃകാ പ്രവർത്തനങ്ങൾ കാഴ്ചവെച്ചിരുന്നു. ചില സർക്കാരിതര സംഘടനകളും (NGO) ഇന്ത്യയുടെ വിവിധ ഭാഗങ്ങളിൽ സേവനങ്ങൾ നല്കി. സ്വയം ഭരണ സങ്കല്പത്തിന്ന് ഗാന്ധിജി നല്കിയ അർത്ഥം ജീവിതത്തിന്റെ എല്ലാ തുറകളിലും ബാധകമാക്കാവുന്ന വിപ്ലവകരമായ ഭരണമാറ്റം എന്നുതന്നെയായിരുന്നു.

ഉട്ടോപ്യൻ ആശയമെന്നു തോന്നാമെങ്കിലും വ്യക്തികളുടെ ഗുണപരമായ മാറ്റത്തിലൂടെ കമ്യൂണിറ്റിയുടെ മുഴുവൻ മാറ്റം സാധിതമാക്കാം എന്ന കാഴ്ചപ്പാട് ഗാന്ധിജി വെച്ചു പുലർത്തിയിരുന്നു.

ഗ്രാമസ്വരാജ് നേരിടുന്ന ആധുനിക വെല്ലുവിളി സ്റ്റേറ്റിന്റെ വർദ്ധിതരൂപത്തിലുള്ള അധികാരത്തെ ജനങ്ങളുടെ ആക്ഷൻ ഗ്രൂപ്പുകൾക്ക് എതിർത്ത് തോല്പിക്കുവാൻ കഴിയുമോ എന്നുള്ളതാണ്. നർമ്മദ പ്രക്ഷോഭം, ഗ്ലോബലൈസേഷൻ വിരുദ്ധപ്രക്ഷോഭങ്ങൾ എന്നിവ നല്ല ഉദാഹരണങ്ങളാണ്.

ഇന്ത്യൻ രാഷ്ട്രീയത്തിൽ ഗാന്ധിജിയുടെ സ്വാധീനത്തെക്കുറിച്ച് ജവഹർലാൽ നെഹ്റു പറഞ്ഞ വാക്കുകൾ വളരെ അർത്ഥവത്താണ്.

“ഗാന്ധിജിയുടെ സ്വാധീനം ദേശീയ നേതാവെന്ന നിലയിൽ അദ്ദേഹവുമായി യോജിക്കുന്നവരിൽ ഒതുങ്ങുന്നില്ല, അദ്ദേഹവുമായി വിയോജിക്കുന്നവരിലും വിമർശകരിലും അത് ഉൾപ്പെടുന്നു...”

ഗാന്ധിജിക്ക് ഇന്ത്യയെന്നാൽ ഇവിടത്തെ ഏഴുലക്ഷം ഗ്രാമങ്ങളും അവിടെയുള്ള നിരക്ഷരരും അർദ്ധ പട്ടിണിക്കാരുമായ സാധാരണ ജനങ്ങളായിരുന്നു അവരിലൊരാളായി നിന്നുകൊണ്ട് അവരുടെ സ്വാതന്ത്ര്യത്തിനും ഉയർച്ചയ്ക്കും വേണ്ടിയാണ് അദ്ദേഹം സമരങ്ങളെല്ലാം നയിച്ചത്. ഇന്ത്യയുടെ പുനരുദ്ധാരണമെന്നാൽ ഗാന്ധിജിക്ക് മൂകലക്ഷങ്ങളുടെ പുനരുദ്ധാരണമായിരുന്നു. അതിനുതകുന്ന സാമൂഹിക വ്യവസ്ഥിതിയെ സ്വരാജ് എന്ന് വിളിച്ചു. സ്വയംഭരണവും നിയന്ത്രണവും ഗ്രാമങ്ങൾക്ക് നല്കുന്ന ഗ്രാമസ്വരാജ് ആവിഷ്കരിക്കാൻ ഇടയായത് അങ്ങനെയാണ്.

ആധുനികലോകവും ഗാന്ധിസവും

എന്താണ് ഗാന്ധിസം?

ജീവിതത്തോടുള്ള ഗാന്ധിജിയുടെ സമീപനമാണ് ഗാന്ധിയൻ തത്ത്വചിന്ത എന്ന് വിവക്ഷിക്കപ്പെടുന്നത്. ഗാന്ധിയൻ ദർശനം എന്നും പറയാം. സാധാരണ അർത്ഥത്തിലുള്ള ഒരു തത്ത്വചിന്തകൻ (Philosopher) ആയിരുന്നില്ല അദ്ദേഹം. എങ്കിലും അഹിംസ, സത്യം, സ്നേഹം, ദൈവം, സത്യഗ്രഹം എന്നിവയ്ക്കെല്ലാം യുക്തിപൂർവ്വമായ വിശദീകരണങ്ങൾ അദ്ദേഹം നല്കിയിട്ടുണ്ട്.

ഗാന്ധിസം എന്നൊന്നില്ല എന്ന് ഗാന്ധിജി തന്നെ വിശദമാക്കിയിട്ടുണ്ടെങ്കിലും അദ്ദേഹം വിവിധ ഘട്ടങ്ങളിൽ ലോകത്തിന്റെ മുന്നിൽ വെച്ച സാമൂഹികാക്രമത്തെ അഥവാ ദർശനങ്ങളെ നാം ഗാന്ധിസം എന്നി വിളിക്കുന്നു.

ഇന്ത്യക്കാരായ നാം ചോദിക്കേണ്ട ചോദ്യമാണ് ഗാന്ധിജിയെ നാം മറന്നുവോ എന്നത്?

സത്യസന്ധമായ ഉത്തരമെങ്കിൽ നമ്മുടെ മറവിയുടെ ആഴം വെളിപ്പെടുത്തുന്നതായിരിക്കും അത്. അനുയായികളും അടുത്ത ശിഷ്യന്മാരും ഒരു ജനതയെന്ന നിലയിൽ നമ്മളെല്ലാവരും ആ മാഹാത്മാവിനെ മറന്നു പോയി എന്നതാണ് വാസ്തവം. രവീന്ദ്രനാഥ ടാഗോർ ഗാന്ധിജിയെ മഹാത്മാവ് എന്നു വിശേഷിപ്പിച്ചു. സ്വാതന്ത്ര്യസമരത്തിൽ നായകത്വം വഹിച്ച് വിജയപ്രാപ്തിയിലെത്തിച്ചതിന്റെ അടിസ്ഥാനത്തിലാണ് സുഭാഷ് ചന്ദ്ര ബോസ് രാഷ്ട്രപിതാവ് എന്ന പദവി നല്കിയത്.

ഈ രണ്ടുപേർക്കും ഗാന്ധിജിയുമായി അഭിപ്രായവ്യത്യാസങ്ങൾ ഉണ്ടായിരുന്നുവെങ്കിലും അവർ അദ്ദേഹത്തെ സ്നേഹിക്കുകയും ബഹുമാനിക്കുകയും ചെയ്തിരുന്നു.

ഗാന്ധിജിയുടെ വ്യക്തിത്വത്തിന്റെ ഒരു സവിശേഷതയും അതായിരുന്നു. സത്യാന്വേഷകൻ എന്ന് സ്വയം വിശേഷിപ്പിച്ച ഗാന്ധിജി ആഫ്രിക്കയിൽനിന്നും ഇന്ത്യയിലെത്തിയപ്പോൾ ദിവ്യമായ പരിവേഷം ജനങ്ങൾ അദ്ദേഹത്തിനു നല്കി. പക്ഷേ, ഗാന്ധിജിയാകട്ടെ താൻ ഒരു സാധാരണ ഗ്രാമീണനാണ് എന്ന ഭാവം മാത്രമാണ് പുലർത്തിയത്. എളിമയും ലാളിത്യവും വിനയവും അദ്ദേഹത്തിന്റെ മുഖമുദ്രകളായി. സത്യവും അഹിംസയും മുറുകെ പിടിച്ചു. ഇന്ത്യയിലെ ഏഴുലക്ഷത്തിൽപ്പരം ഗ്രാമങ്ങളെ മുന്നിൽക്കണ്ടുകൊണ്ടാണ് ഗ്രാമപുനർനിർമ്മാണവും ഗ്രാമസ്വരാജും അദ്ദേഹം വിശകലനം ചെയ്തത്. സ്വയം പര്യാപ്തയും സ്വയം സഹായവും ഊന്നുവടികളായി. ധനത്തോട് ആർത്തിയും ഹിംസയും അടക്കിവാഴുന്ന ലോകത്തിനു വ്യത്യസ്തമായ മറ്റൊരു മാർഗ്ഗം പ്രയോഗിച്ചുകാണിക്കുകയായിരുന്നു മഹാത്മാവ്.

ഗാന്ധിജി വധിക്കപ്പെട്ട് എഴുപത് സംവത്സരങ്ങൾ കഴിഞ്ഞിരിക്കുന്നു. പുതിയ തലമുറ പ്രത്യേകിച്ചും യുവജനങ്ങൾ അദ്ദേഹത്തെ എങ്ങനെ ഓർമ്മിക്കുന്നുവെന്നത് പ്രസക്തമായ ചോദ്യമാണ്. ഒക്ടോബർ 2, ഗാന്ധിജയന്തി ദിനമായി ആചരിക്കുകയും റോഡുകൾക്കും സ്ഥാപനങ്ങൾക്കും അദ്ദേഹത്തിന്റെ നാമം ഉപയോഗിക്കുന്നുവെന്നല്ലാതെ മറ്റെന്താണ് നാം ആ പാവനമായ ഓർമ്മകൾ നിലനിർത്താൻ ചെയ്യുന്നത്?

ഗാന്ധിജി എഴുതിയതും മറ്റുള്ളവർ ഗാന്ധിജിയെക്കുറിച്ച് എഴുതിയതുമായ വലിയൊരു ഗ്രന്ഥശേഖരം നമുക്കുണ്ട്. ഗാന്ധിസാഹിത്യം എന്നും അവ അറിയപ്പെടുന്നു. ഗാന്ധിയൻ ദർശനങ്ങൾ ടെക്സ്റ്റ് ബുക്കുകളിലൊതുങ്ങുന്നതല്ലാതെ യഥാർത്ഥ അനുയായികൾ കുറഞ്ഞു കുറഞ്ഞു വരുന്നു.

മതസൗഹാർദ്ദത്തിനും സർവ്വമത സാഹോദര്യത്തിനും വേണ്ടി നിലകൊണ്ട ഗാന്ധിജിയുടെ സ്വന്തം നാട്ടിൽ അദ്ദേഹത്തിന്റെ ജീവിതകാലത്തും പിന്നീടും നിരവധി വർഗ്ഗീയ ലഹളകൾ ഉണ്ടായി. സർവ്വോദയം എന്ന ഗാന്ധിയൻ ആദർശത്തിന് ഇന്ന് പ്രയോക്താക്കൾ ഇല്ലെന്ന സ്ഥിതിയായി. ധനികരുടെയും ദരിദ്രരുടെയും തുല്യതാപ്രശ്നവുമായി ബന്ധപ്പെട്ട് ട്രസ്റ്റീഷിപ്പ് സിദ്ധാന്തം ആവിഷ്കരിച്ച നാട്ടിൽ ഇന്ന് മുപ്പത് ശതമാനത്തിലധികം ജനങ്ങൾ ദാരിദ്ര്യത്തിൽ കഴിയുന്നു. ഒരുപിടി ധനികന്മാർ രാജ്യത്തെ സമ്പത്തിന്റെ ഭൂരിപക്ഷവും കൈയടക്കി ആർഭാടത്തോടെ കഴിയുന്നു.

ഗാന്ധിസം ജനങ്ങളിൽനിന്നും വളരെയകന്നുപോയിരിക്കുന്നുവെന്നതിന് എത്രയോ ഉദാഹരണങ്ങൾ ചൂണ്ടിക്കാണിക്കാം.

ഇന്ത്യയിലെ അവസ്ഥ ഇങ്ങനെയൊക്കെയാണെങ്കിലും ഇന്ത്യക്ക് വെളിയിൽ ഗാന്ധിജി ഒരു അവതാരപുരുഷനായി ആരാധിക്കപ്പെടുന്നുണ്ട്. ലോകത്ത് ഗാന്ധിസം മരിച്ചിട്ടില്ല എന്ന് ധാരാളം പണ്ഡിതന്മാർ പ്രസ്താവിക്കുന്നു.

സൂര്യനസ്തമിക്കാത്ത ബ്രിട്ടീഷ് സാമ്രാജ്യത്തെ ഒരായുധവും എടു

ക്കാതെ നേരിട്ട് മുട്ട് മടക്കിച്ച അസാധാരണ യോദ്ധാവ് എന്ന സ്ഥാനം ലോകത്തിന്റെ വിവിധഭാഗങ്ങളിലെ ജനങ്ങൾ അദ്ദേഹത്തിന് നല്കുന്നുണ്ട്. വലിയൊരു ജനസഞ്ചയത്തിന്റെ ആരാധനാപാത്രമായിരുന്ന ഗാന്ധിജി സാധാരണക്കാരനെപ്പോലെ ആശ്രമത്തിൽ ലളിതജീവിതം നയിച്ചതും ലോകം ഇന്നും ആരാധനയോടെ കാണുന്നു.

ഗാന്ധിജിയെ സംബന്ധിച്ചിടത്തോളം അഹിംസയിലും ധാർമ്മികതയിലും അടിസ്ഥാനപ്പെടുത്തിയ മാറ്റങ്ങൾ മാത്രമേ ശാശ്വതമായിട്ടുള്ളൂ. ചില ചിന്തകരുടെ അഭിപ്രായത്തിൽ ഗാന്ധിസവും ബുദ്ധമതദർശനങ്ങളും ഇന്ന് ഇന്ത്യയിലേക്കാൾ സജീവമായി ഇന്ത്യക്ക് വെളിയിൽ നിലനില്ക്കുന്നു.

ഗാന്ധിയൻ ദർശനങ്ങൾ, പ്രത്യേകിച്ചും അഹിംസ, സത്യം, സ്നേഹം എന്നിവയ്ക്ക് ആഗോള പ്രശസ്തിയും പ്രാധാന്യവും കൈവന്നിട്ടുണ്ട്. ഗാന്ധിജിയുടെ പരീക്ഷിക്കപ്പെട്ട സത്യങ്ങൾ മത, വർഗ്ഗ, ദേശാതിരുകൾ ഭേദിച്ച് സ്വീകാര്യത നേടിയെടുക്കുന്നുമുണ്ട്. ജനസഞ്ചയങ്ങളുടെ ആരാധാനാപാത്രമായിരിക്കുമ്പോൾത്തന്നെ അവരെ ത്യാഗത്തിന്റെയും സേവനത്തിന്റെയും പാതയിലേക്ക് നയിക്കുന്നതിന് അസാധാരണമായ വ്യക്തി വൈഭവം ഗാന്ധി പ്രകടിപ്പിച്ചിരുന്നു.

വിദേശവസ്ത്രബഹിഷ്കരണം, നിയലംഘന പ്രസ്ഥാനം, ഉപ്പ് സത്യഗ്രഹം തുടങ്ങിയ ഐതിഹാസിക സമരങ്ങൾ അദ്ദേഹത്തെ ലോകാരാദ്ധ്യനാക്കി. ദക്ഷിണാഫ്രിക്കയുടെ മോചനത്തിനായി ദീർഘകാലം ജയിൽവാസമനുഷ്ഠിക്കേണ്ടിവന്ന നെൽസൺ മണ്ടേല, സൗത്ത് ആഫ്രിക്കൻ പ്രസിഡന്റായിരുന്ന ഡി ക്ലർക്ക് (De Klerk) ഡെസ്മണ്ട് ടുടു, അമേരിക്കയിൽ കറുത്ത വർഗ്ഗക്കാരുടെ മോചനത്തിനായി ജീവത്യാഗം ചെയ്ത മാർട്ടിൻ ലൂഥർ കിങ്, തിബത്തിലെ ആത്മീയനേതാവായ ദലൈലാമ തുടങ്ങിയവരെല്ലാം ഗാന്ധിയൻ ദർശനത്തെ ഹൃദയത്തിലും മനസ്സിലും ആരാധിച്ച ലോകനേതാക്കളായിരുന്നു.

ബ്രിട്ടീഷ് സാമ്രാജ്യം ഇന്ത്യയിൽ ഉപ്പിനുപോലും നികുതി ചുമത്തിയപ്പോൾ, “തെറ്റായ, അനീതി ദ്യോതിപ്പിക്കുന്നതുമായ നിയമങ്ങളെ അനുസരിക്കേണ്ടതില്ല” എന്ന ഗാന്ധിജിയുടെ പ്രശസ്തമായ പ്രസ്താവന ഇന്നും ലോകമാസകലം പ്രകമ്പനങ്ങൾ സൃഷ്ടിക്കുന്നുണ്ട്.”

ആങ്സാൻ സൂകി(Aung San Suikyi) യുടെ ജീവിതസമരങ്ങളിലും അന്തിമവിജയത്തിലും സ്വാധീനം ചെലുത്തിയത് ഗാന്ധിയൻ സൂക്തങ്ങൾ തന്നെയാണ്. (മ്യാൻമർ) ദൽഹിയടക്കമുള്ള സ്ഥലങ്ങളിൽനിന്ന് വിദ്യാഭ്യാസം നടത്തിയ ആങ്സാൻ നെഹ്റു അവാർഡ് ജേതാവാണ്.

സമാധാനത്തിനും അഹിംസയ്ക്കും ഏറ്റവും വലിയ പ്രാധാന്യം നല്കിയ ഗാന്ധിജി രണ്ടുലോകായുദ്ധങ്ങളുടെ കഷ്ടപ്പാടുകൾ നേരിട്ട് അനുഭവിച്ച വ്യക്തിയായിരുന്നു. സംഘർഷബാധിത മേഖലകളിൽ സമാധാനം കാംക്ഷിക്കുന്നവർ ഇന്നും ഗാന്ധിമാർഗ്ഗത്തിന്റെ പ്രാധാന്യം ഓർമ്മിപ്പിക്കുന്നു.

കലാപങ്ങളും തർക്കങ്ങളും ദുഷിപ്പിച്ചുകൊണ്ടിരിക്കുന്ന വർത്തമാന കാലത്ത് ഗാന്ധിയൻ സമാധാന ചിന്തകൾ ശുദ്ധവായുവിന്റെ ശക്തമായ സാന്നിദ്ധ്യമായും അന്ധകാരത്തിലെ പ്രകാശഗോപുരമായും അനുഭവപ്പെടാം.

ലോകത്തിൽത്തന്നെ കഴിഞ്ഞ നൂറ്റാണ്ടിൽ ലോകസമാധാനത്തിനു ഭീഷണിയുയർത്തുന്ന നിരവധി സംഭവങ്ങൾ വിവിധ രാജ്യങ്ങളിൽ ഉണ്ടായി. ലോകമഹായുദ്ധത്തിലേക്ക് നയിക്കുമെന്ന് ന്യായമായും ഭയപ്പെട്ടിരുന്ന ജനത സർവ്വം സാക്ഷിയായി നിലകൊണ്ടു.

മുൻ അമേരിക്കൻ പ്രസിഡന്റായിരുന്ന ബറാക്ക് ഒബാമ ഗാന്ധിജിയെ തന്റെ ആദർശപുരുഷനായി കണ്ടിരുന്നു. ഗാന്ധിജിയിൽനിന്നും പ്രചോദനം ഉൾക്കൊണ്ട ഒബാമ തന്റെ ഓഫീസിൽ ഗാന്ധിജിയുടെ ഫോട്ടോ പ്രദർശിപ്പിച്ചിരുന്നു. നിരവധി ലോകനേതാക്കളെ ഗാന്ധിജിയുടെ വ്യക്തി പ്രഭാവം ആകർഷിക്കുകയും സ്വാധീനിക്കുകയുമുണ്ടായി. ഗാന്ധിജിയെ ഇന്ത്യയിലെ ആദ്യത്തെ "ഫെമിനിസ്റ്റ്," അഥവാ വനിതാവിമോചന നേതാവായി കണക്കാക്കുന്നു. ദേശീയപ്രസ്ഥാനത്തിലും സമൂഹത്തിലും സ്ത്രീകൾക്ക് തുല്യപദവി നല്കി ബഹുമാനിച്ചിരുന്നു. ഗാന്ധിജി ഒരു സന്ന്യാസി (Saint) ആയിരുന്നുവോ എന്ന ചോദ്യവും ചിലർ ഉന്നയിക്കുന്നുണ്ട്. സാധാരണ അർത്ഥത്തിൽ സന്ന്യാസി അല്ലെങ്കിലും സന്ന്യാസതുല്യ ജീവിതംതന്നെയാണ് അദ്ദേഹം നയിച്ചത്. സ്വന്തം ജീവിതം സത്യാന്വേഷണപരീക്ഷണങ്ങൾക്ക് ഉപയോഗിച്ച് അനേകർക്ക് ജീവിതാവബോധം നല്കിയ ശ്രേഷ്ഠവ്യക്തിത്വം ഗാന്ധിജിക്ക് സ്വന്തം.

ഇംഗ്ലീഷ് ഭരണാധികാരികളെപ്പോലും അത്ഭുതപ്പെടുത്തിയതായിരുന്നു ഗാന്ധിജിയുടെ അനായാസമായ ഇംഗ്ലീഷ് ഭാഷാജ്ഞാനം. ലളിതമെങ്കിലും അത് കുറിക്കുകൊള്ളുന്ന പ്രയോഗങ്ങളാലും ഫലിതോക്തിയാലും നിബിഡമായിരുന്നു.

ഗാന്ധിയുടെ ജീവിതദർശനം ചില വിദേശരാഷ്ട്രങ്ങളിൽ പഠനവിധേയമാക്കുന്നുണ്ട്. തെക്കെ അമേരിക്കൻ രാജ്യമായ ബ്രസീലിൽ പൊലീസ് പരിശീലനത്തിന്റെ ഭാഗമായി ഗാന്ധിദർശനം പഠിപ്പിക്കുന്നുണ്ടത്രെ. ഗാന്ധിജിയുടെ സ്വന്തം നാട്ടിൽ എല്ലാ പൊലീസ് സ്റ്റേഷനിലും മഹാത്മാവിന്റെ ഫോട്ടോ പ്രദർശിപ്പിക്കുന്നുണ്ടെങ്കിലും ഗാന്ധിജി ആഗ്രഹിച്ചതരം പൊലീസുകാർ എത്ര പേരുണ്ടാവും? ഗാന്ധിജിയുടെ സ്വരാജിൽ പൊലീസുകാർ ഗ്രാമീണരുടെ യജമാനന്മാരല്ല ദാസന്മാരാണ്.

ബുദ്ധഭഗവാന്റെ അനുഭവസാക്ഷ്യമായ ദുരാഗ്രഹം മനുഷ്യന്റെ ദുരിതങ്ങൾക്കെല്ലാം കാരണം എന്ന പരമസത്യം ഗാന്ധിജിയും ചൂണ്ടിക്കാണിക്കുന്നുണ്ട്. ഇന്ത്യയിലെന്നല്ല ലോകമാസകലം ഇന്ന് പ്രകൃതി ചൂഷണം ഗൗരവതരത്തിലുള്ള ആലോചനകൾക്കിടയാക്കുന്നുണ്ട്. വർഷങ്ങൾക്കുമുമ്പ് തന്നെ ഗാന്ധിജി മനുഷ്യനും പ്രകൃതിയും തമ്മിൽ ഉണ്ടായിരിക്കേണ്ട ബന്ധത്തെ വ്യക്തമാക്കുകയുണ്ടായി. മക്കൾ മാതാവിനോടെന്നപോലെ മനുഷ്യൻ പ്രകൃതിയുമായി ഇടപെടണമെന്ന നിരീക്ഷണം

നൂറുശതമാനവും ശരിയാകുന്നു.

യന്ത്രങ്ങളെയും ഫാക്ടറിസംസ്കാരത്തെയും ഗാന്ധിജി തള്ളിപ്പറയാനുള്ള കാരണങ്ങളിലൊന്ന് അവ പ്രകൃതിയുടെ സുസ്ഥിരമായ നിലനില്പിനെ പ്രതികൂലമായി ബാധിക്കും എന്ന ഭയംകൊണ്ടായിരുന്നു. പരിസ്ഥിതി മലിനീകരണം, പരിസ്ഥിതി നാശം എന്നീ പദാവലികൾ ആധുനികലോകത്തിന് പരിചിതമാകുന്നതിന് വളരെമുമ്പ് തന്നെ ഗാന്ധിജി അത് ദീർഘദർശനം ചെയ്യുകയുണ്ടായി.

പ്രകൃതി സംരക്ഷണമെന്ന ആശയത്തോടൊപ്പം ഗാന്ധിജി പ്രയോഗത്തിൽ വരുത്തിയ "പ്രകൃതി ചികിത്സ" (Nature Cure) എന്നആശയവും ആധുനിക ലോകം സ്വീകരിക്കുന്നതായി കാണാം. മരുന്നുകളോടും ചികിത്സാക്രമങ്ങളോടുമുള്ള അമിത ആശ്രിതത്വം ഗുരുതരമായ പ്രത്യാഘാതങ്ങളുണ്ടാക്കാമെന്ന അറിവ് ഇന്ന് സാധാരണ ജനങ്ങൾക്കുപോലും അന്യമല്ല.

ഗ്രാമസ്വരാജ് നടപ്പിലായാൽ ജനങ്ങളുടെ ഭക്ഷണരീതിയിലും സമൂലമാറ്റങ്ങൾ നിർദ്ദേശിച്ച ഗാന്ധിയൻ ദർശനം ഇന്ന് ലോകമാകെ സ്വീകരണയോഗ്യമായി കരുതുന്ന പഥ്യാഹാരക്രമം ആണ്. ജൈവ പച്ചക്കറിയുടെയും ജൈവഭക്ഷണത്തിന്റെയും പ്രാധാന്യം ആധുനിക ഡയറ്റീഷ്യന്മാരെപ്പോലും അസൂയപ്പെടുത്തുംവിധം ഗാന്ധിജി വിവരിക്കുന്നുണ്ട്. ഇലക്കറികൾക്കുള്ള പോഷകമൂല്യവും ഇന്ന് സുവിദിതമാണ്.

സ്വാതന്ത്ര്യാനന്തര കാലഘട്ടത്തിലും പല പരീക്ഷണ നിരീക്ഷണങ്ങൾക്ക് വിധേയമാക്കിയ ആധുനിക വിദ്യാഭ്യാസ സിദ്ധാന്തങ്ങളിലും ഗാന്ധിജി നിർദ്ദേശിച്ച "തൊഴിലധിഷ്ഠിത വിദ്യാഭ്യാസ"ത്തിന് പ്രാധാന്യം കുറച്ചിട്ടില്ല. ഗാന്ധിജിയുടെ അടിസ്ഥാന വിദ്യാഭ്യാസ തത്ത്വങ്ങളെ അധരവ്യായാമംകൊണ്ടെങ്കിലും നാം പ്രോത്സാഹിപ്പിക്കുമ്പോൾ അദ്ധ്വാനത്തിന്റെ മഹത്ത്വം (Dignity of Labour) ഇന്ന് ലോകാരാധനയ്ക്ക് പാത്രമായ ഒരു ലളിതസൂക്തമാണ്.

വിമർശനവിധേയനായ ഗാന്ധിജി

ഗാന്ധിദർശനത്തിന്റെ വിഭിന്നമാനങ്ങൾ വിശദീകരിക്കുമ്പോഴും ഗാന്ധിയുടെ ദർശനങ്ങളെ വിമർശനത്തിനു വിധേയമാക്കുന്നതും പതിവായിരുന്നു. ഗാന്ധിജിക്കും വിമർശനം ഇഷ്ടമായിരുന്നു.

ഗാന്ധിസം വീക്ഷണങ്ങളുടെ അടിസ്ഥാനത്തിൽ മാർക്സിസവുമായി താരതമ്യപ്പെടുത്താറുണ്ട്. മാനവരാശിയുടെ പ്രശ്നപരിഹാരത്തിനായി പരിഹാരമാർഗ്ഗങ്ങൾ നിർദ്ദേശിച്ച മഹാന്മാരായിരുന്നു ഗാന്ധിജിയും കാറൽമാർക്സും.

വ്യത്യസ്ത കാലഘട്ടങ്ങളിലും രാജ്യങ്ങളിലും ജീവിച്ചിരുന്ന ഈ മഹാരഥന്മാർക്ക് പൊതുവായുണ്ടായിരുന്ന സവിശേഷത എല്ലാവരും സന്തോഷവാന്മാരായി ഇരിക്കുന്ന സമൂഹസൃഷ്ടിയായിരുന്നു രണ്ടുപേരുടെയും പ്രയത്ന ലക്ഷ്യം. മനുഷ്യസ്നേഹം രണ്ടുപേർക്കും ഉണ്ടാ

യിരുന്ന പൊതുവികാരവുമായിരുന്നു.

ഗാന്ധിജി പല കാര്യങ്ങളിലും മാർക്സിൽനിന്നു വ്യത്യസ്തനായിരുന്നു. മനുഷ്യനിലെ ആന്തരികനന്മ സ്വപ്നം കണ്ടും നല്ലവനായ മനുഷ്യന് നേടിയെടുക്കാൻ പ്രയാസമില്ലാത്ത കാര്യങ്ങളെയും വിഭാവനം ചെയ്തുകൊണ്ടാണ് ഗാന്ധിദർശനങ്ങൾ ആരംഭിക്കുന്നത്. അതായത് സ്വയം പരിവർത്തനം ചെയ്യപ്പെടുന്ന മനുഷ്യൻ ഗാന്ധിയൻ ചിന്താധാരയിലെ കേന്ദ്രബിന്ദുവാണ്.

മാർക്സിന്റെ ദർശനം ഭൗതികവാദത്തിൽ അധിഷ്ഠിതമാണ്. ജീവിതം ജീവിച്ചുതീർക്കുക എന്നതല്ലാതെ മനുഷ്യന് മറ്റ് നിയോഗമൊന്നും മാർക്സ് കല്പിക്കുന്നുമില്ല. മാർക്സ് മനുഷ്യചരിത്രത്തെ വർഗ്ഗസമരങ്ങളുടെയും വർഗ്ഗശത്രുതയുടെയും ചരിത്രമായാണ് കണക്കാക്കുന്നത്. സാമൂഹിക സാമ്പത്തിക അസമത്വങ്ങൾക്കും തൊഴിലാളികളുടെ ദുരിതങ്ങൾക്കും കാരണം മുതലാളിത്ത ചൂഷണമാണെന്ന് മാർക്സ് വാദിച്ചു.

ഏകപരിഹാരം തൊഴിലാളിവർഗ്ഗം വിപ്ലവത്തിലൂടെ അധികാരം പിടിച്ചെടുക്കണം. സ്വകാര്യ സ്വത്തുടമാ സമ്പ്രദായം ഇല്ലാതാകും. അധികാരമെല്ലാം സ്റ്റേറ്റിൽ നിക്ഷിപ്തമാവും. തൊഴിലാളിവർഗ്ഗ സർവ്വാധിപത്യം സ്ഥാപിതമാകും.

വ്യക്തിയുടെ സമ്പൂർണ്ണമായ പൗരാവകാശത്തിന് ഉന്നത സ്ഥാനം നല്കിയ ഗാന്ധിജി കമ്യൂണിസം, ഫാസിസം, സാമ്രാജ്യത്വവാദം തുടങ്ങിയ പ്രത്യയ ശാസ്ത്രങ്ങളെ അപലപിക്കുകയുണ്ടായി. കമ്യൂണിസം സമാധാനത്തിന് ഭീഷണിയായി ഗാന്ധിജി കണ്ടു. സ്വകാര്യ സ്വത്തവകാശം നിരോധിക്കുന്നത് ഗാന്ധിജി അംഗീകരിച്ചിരുന്നു. ജനങ്ങൾ സ്വമേധയാ ഈ ആദർശം സ്വീകരിക്കുകയോ സമാധാന മാർഗ്ഗങ്ങളിൽക്കൂടി അവരെ അത് അംഗീകരിക്കാൻ പ്രേരിപ്പിക്കുകയോ ചെയ്താൽ അത് ഗാന്ധിജിക്ക് സ്വീകാര്യമാവുമായിരുന്നു.

താനൊരു അക്രമരഹിത കമ്യൂണിസ്റ്റാണെന്ന അവകാശവാദവും ഗാന്ധിജി ഉന്നയിച്ചിരുന്നു.

മതവും രാഷ്ട്രീയവും തമ്മിലുള്ള ബന്ധം സംബന്ധിച്ചും ഗാന്ധിജിയും മാർക്സിസ്റ്റ് ചിന്തകരും തമ്മിൽ അഭിപ്രായ വ്യത്യാസമുണ്ടായിരുന്നു.

ഗാന്ധിസം എന്നുവെച്ചാൽ അക്രമം കൂടാതെയുള്ള കമ്യൂണിസമെന്ന് പല ഗാന്ധിയൻ ദാർശനികരും അഭിപ്രായപ്പെട്ടിട്ടുണ്ട്. ഗാന്ധിജിയെയും ഗാന്ധിസത്തെയും വ്യക്തമായി പഠിച്ച ഇ എം എസ് അഭിപ്രായപ്പെട്ടത് ശ്രദ്ധേയമാണ്.

മഹാത്മാഗാന്ധി എന്ന വ്യക്തിക്ക് ക്രിയാത്മകമെന്നപോലെ നിഷേധാത്മകവുമായ ഒരു വശമുണ്ട്. എങ്കിലും ഇന്ത്യൻ ദേശീയപ്രസ്ഥാനത്തിന് ഗാന്ധിജി നല്കിയ അമൂല്യസംഭാവനകളോട് ഇന്നും ബഹുമാനമാണെന്നുമാത്രമേ പറയാനുള്ളൂ.”

മാർക്സിസ്റ്റ് ഗാന്ധിദർശനങ്ങളിലെ നന്മകൾ കൂടിച്ചേർന്ന ഒരു ദാർശനിക വ്യവസ്ഥ വേണമെന്നും ചിലർ ആവശ്യപ്പെടാറുണ്ട്. രണ്ടു പ്രത്യയശാസ്ത്രങ്ങളുടെയും പ്രാധാന്യം ആണ് അത് സൂചിപ്പിക്കുന്നത്.

ബുദ്ധനും ക്രിസ്തുവിനുംശേഷം ആധുനികകാലഘട്ടത്തിൽ അഹിംസയും സ്നേഹവും ഫലപ്രദമായ ഉപകരണങ്ങളാക്കി സാമൂഹ്യമാറ്റം വരുത്താൻ ശ്രമിച്ച മഹാനുമായിരുന്നു ഗാന്ധിജി. കലാപങ്ങളുടെയും യുദ്ധങ്ങളുടെയും മതവൈരങ്ങളുടെയും കലുഷിതമായ ലോകത്തിൽ പ്രോജ്ജ്വലമായ വ്യക്തിത്വത്തിനുടമയായ ഗാന്ധിജി സമാധാനത്തിന്റെയും സ്നേഹത്തിന്റെയും പ്രകാശഗോപുരമായി എന്നും നിലകൊള്ളും.

റഫറൻസ്

1. M K Gandhi, *Village Swaraj*, Navajeevan Publishing House, Ahmedabad, 1967
2. D G Tendulkar, *Mahathma in 8 Vols*, New Delhi, 1969
3. *Young India*, 1924 to 1946
5. *Harijan* 1925 to 1947
5. സത്യൻ മൊരിയക്കാട്, *ഗാന്ധിജി ഒരന്വേഷണം*, കൊച്ചി 2003
6. ഇ എം എസ് - *ഗാന്ധിയും ഗാന്ധിസവും*, തിരുവനന്തപുരം 1965
7. ഡോ. കെ സി ചാക്കോ - *ഗാന്ധിദർശനം*, തിരുവനന്തപുരം 2011

9 789387 842878

Printed by Libri Plureos GmbH in Hamburg,
Germany